Poor Ba Us

Sinong Mahirap?

R. A. Gubalane

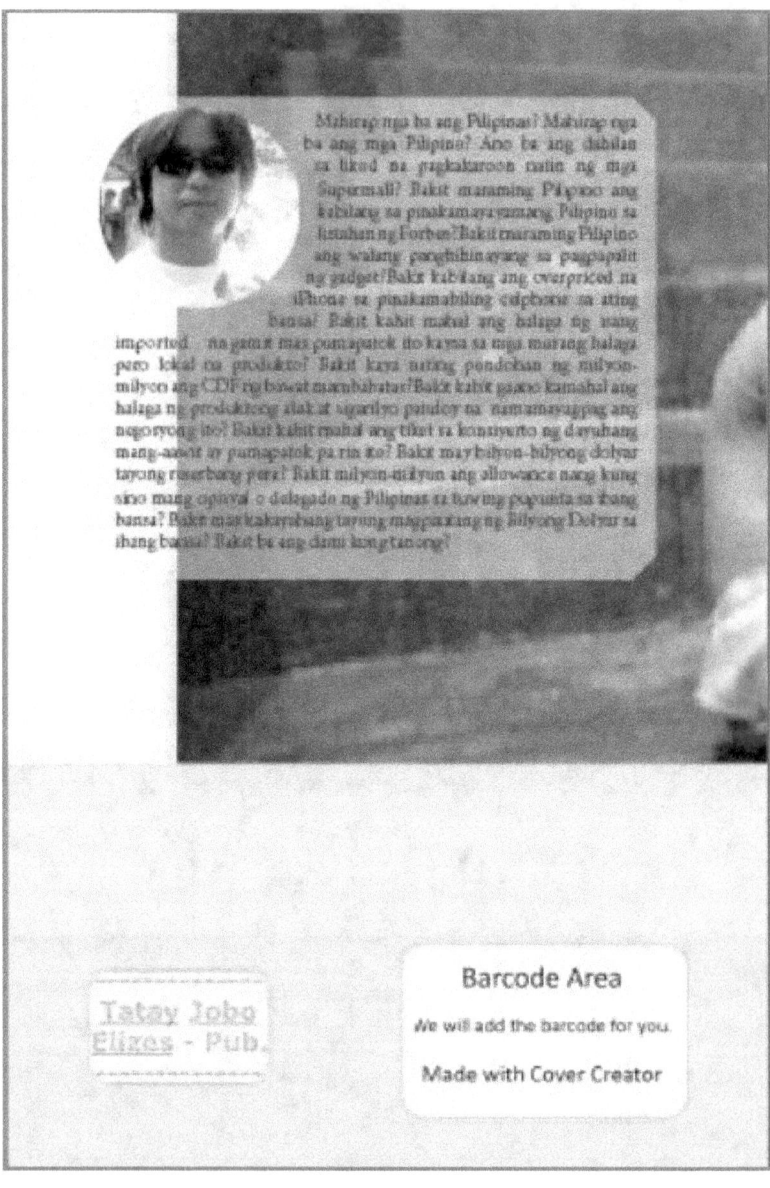

Author

Si **R.A. Gubalane** ay nagsimulang bumuo ng pangarap taong 1993 nang siya'y pumasa at magkamit ng ika-anim na puwesto sa pagsusulit na ibinigay ng Komisyon ng Regulasyon ng mga Propesyon o Professional Regulation Commission sa kursong kanyang napili.

Kapanahunan ng Friendster nang makahiligang magsulat ng kung ano-ano hanggang madiskubre ang mundo ng blogosperyo. Mula noon hindi na mapigil ang pasyon niya sa pagsusulat. Nagsimula sa walang kabuluhang mga sulatin hanggang sa mag-evolve sa artikulong may damdamin. Naging inspirasyon ang obrang Minsan May Isang Puta sa paggawa ng matitinong mga sulatin.

Nangarap na makapaglathala ng isang libro at natupad na nga ang pangarap na ito sa pamamagitan ng tangan mo ngayon.

Nangangarap din ng pagkilala at tagumpay ngunit hindi ito ang dahilan kaya umiinog ang kanyang buhay.

Walang pormal na edukasyon sa pagsusulat pero hindi ito naging handlang upang huminto sa pagsusulat ng kanyang mga saloobin.

Nagbuhat sa isang tipikal na pamilya, nag-aral sa pampublikong paaralan mula elementarya hanggang sekondarya. Iginapang ng magulang ang kolehiyo at pinagtibay ito ng diploma at lisensya na iginawad halos dalawampung taon na ang nakararaan.

Nag-aral, nagsikap hanggang marating ang destinasyong kanyang nilakbay.

Umasam, umasa hanggang matupad ang ilang kanyang inaasam sa buhay.

Sumubok, sumulong hanggang makamit ang ilang minimithing tagumpay.

Nangangarap ng mabuti at magandang Pilipinas sa kabila ng kawalan ng pag-asa ng iilan.

Katulad ng karaniwang tao pilit na binubuhay ang pag-asa kahit habol-hininga na lang ito, hindi bibitiw at susuko kahit batid na ang resulta ng pagkabigo.

Hindi matalino pero naipasa ang anumang pagsusulit, hindi matino pero nagpupumilit na gumawa ng katinuan. Madalas na napuputikan dahil sa daigdig na kanyang kinabibilangan ngunit agad na naglilinis at naghuhugas gamit ang inuusal na dasal.

Alay at Pasasalamat

Walang sinuman ang nabubuhay para sa sarili lamang ganundin naman hindi mabubuo ang librong ito kung walang nagbigay ng inspirasyon at tulong na dapat na aking pasalamatan.

Unang-una kay **God** sa pamamagitan ng **Kanyang Anak na si Hesus** na nagkaloob ng lahat sa atin. Sa walang hanggang biyayang tinatamasa sa kabila ng aking kahinaan at pagkukulang.

Kay **Tatay Jobo Elizes** na nagtitiwala, sumusuporta at nagbibigay ng pagkakataon sa mga Pilipinong manunulat na gaya ko; sa pagkakataong maipahayag ng buong laya, gumuhit gamit ang salita at kalayaang maisatitik ang nasa isip at diwa.

Sa **aking pamilya.**   Sa aking **Inang si Violy** na humubog sa aking pagkatao, sa **aking Ama** (SLN) na siyang nagbigay nang kahulugan kung ano ang ibig sabihin ng salitang disiplina, sa aking mga kapatid. Sa aking mga pamangkin na papanday ng bagong henerasyon; sina **Leidee, Kenneth at Dianne, sina Elhaze, Kiko at Carrie.**

Si **Arlene** na kabiyak ng aking buhay at isa ring matalik na kaibigan na patuloy na umuunawa, nagpapasensiya at nagpupuno sa aking mga kakulangan, sa aking mga anak na sina **Argel, Cid** at **Tyrone**; silang patuloy na nagsisilbing inspirasyon sa bawat bagay na aking ginagawa at silang isa sa mga dahilan kung bakit masarap pa rin ang mabuhay sa Pilipinas sa kabila ng mga negatibong imaheng taglay nito.   Kay **Pastor Dennis** na sa sandaling panahon ay maraming positibong naihatid sa aking kamalayan; sa kanyang tumatagos sa isip na sermon at pangaral tuwing araw ng Martes.

Sa aking mga nakasama sa trabaho na kabilang at kabahagi sa pag-ukit ng aking buhay-kasaysayan at humulma sa kung sino ako ngayon; si **Sir Jojo** na aking naging gabay at umunawa sa'king maiksing pasensya; si **Sir Alan** na may malawak at positibong pananaw sa halos lahat ng bagay, si **Sir Ding** na umalalay at umakay sa'kin patungo sa aking kinalalagyan ngayon, si **Sir Rannie** na minsang naging kaagapay ko sa ilang mga pagsubok sa buhay.

Kay **Ms. Mike Portes** at sa kanyang makapangyarihang "Minsan May Isang Puta" na malaki ang naging impluwensiya sa ilang aking mga sinulat. Kay **Sir Lourd De Veyra** sa kanyang mga banat at kakaibang istilo ng pagsusulat. Kay **Sir Ely Buendia** na nagpapaalala sa atin na kahit na anong gawin lahat ng bagay ay mayroong hangganan.

Sa mga bagong kakilala na kumilala sa'king mga sulatin; kay **Sir J.Kulisap** na nagbigay ng ikatlong karangalan sa aking isang akda na nagpatatag ng aking paniniwala na may talento pala ako sa pagsusulat, kay **Sir Joey Velunta** na nag-alay ng ilang larawan na nakapaloob sa librong ito. Tama ngang hindi nasusukat sa haba ng taon ang pagkakaroon ng isang Kaibigan.

Sa **Definitely Filipino** na nagbukas ng isang magandang oportunidad. Sa ilang mga kaibigan na hindi bumitiw at naniwala sa'king talino at kakayahan; si **Sonny** na minsang nagbigay-payo nang ako'y nalugmok sa isang problema, si **Beth** na may kakayahang gawin ang mga bagay na 'di ko inasahan, si **Pukaw** na minsang pumukaw sa natutulog kong diwa at si **Boyet** na minsang nag-abot ng kamay sa panahong higit kong kinailangan at sa iba pang naging parte ng aking 'di gaanong makulay na buhay.

Sa **mga taong** hindi ko nabanggit sa pahinang ito pero naging bahagi ng aking buhay. Hindi porke't 'di ko kayo nabanggit hindi kayo naging mahalaga sa akin.

At sa iyo na bumabasa nito.   Hindi ko hinihiling na magustuhan mo ang lahat ng nakasulat dito ngunit sana lang maging bukas ang iyong isipan sa bagay na dapat ay mayroon tayong pakialam.

Ang pangarap ay natutupad sa isang desisyon na tama ngunit paano natin malalaman kung ito nga ay mali o tama kung 'di natin makuhang ito'y subukan?

Walang kakayahan ang sinuman na ibalik ang nakaraan, sayang ang pagkakataon kung ito'y ating palalampasin lang dahil natatakot tayo sa magiging resulta nito.

Walang kakayahan ang sinuman na ibalik ang nakalipas, kaya't hangga't may panahon at oras matutong sambitin ang mga katagang: "Mahal Kita", "Patawad" at "Salamat" sa mga taong nararapat hangga't 'di pa huli ang lahat.

Publisher

Self-published & printed in USA by Tatay Jobo Elizes with Author's permission using Print-On-Demand System (POD) and Kindle Edition. Tatay Jobo Elizes is a Self-Publisher in USA. Published 2012 under the following ISBN numbers:
ISBN-13: 978-1478364757   ISBN-10: 1478364750

Contents

Introduction - *p.9*

1 - Poor Ba Us – *p.12*
2 - Hindi lang pera ang nagpapaligaya
    sa Tao – *p.16*
3 - Materyosong Pinoy – *p.23*
4 - The Korean Invasion – *p.30*
5 - Mapalad pa rin ang 'Pinas – *p.36*
6 – Sugat – *p.43*
7 - Bakit ba wala kang pera? – *p.47*
8 – Tao – *p.55*
9 – Salamin – *p.57*
10 - Hoy! Ikaw ba 'to? Mga kaugaliang
     Pinoy na dapat nang baguhin – *p.61*
11 - Pagod ka na maging Pilipino? – *p.69*
12 – Pilipinismo – *p.73*
13 –At Ang Libog Ay Matatalo Ng Antok – *p.80*
14 - Pera, pera, pera – *p.86*
15 - Incest – *p.93*
16 – Lihim - *p.102*

Introduction

Mahirap nga ba ang mga Pilipino?

Ano ba ang dahilan sa likod na pagkakaroon natin ng mga Supermall?

Bakit maraming Pilipino ang kabilang sa pinakamayayamang Pilipino sa listahan ng Forbes?

Bakit maraming Pilipino ang walang panghihinayang sa pagpapalit ng gadget?

Bakit kabilang ang overpriced na iPhone sa pinakamabiling celphone sa ating bansa?

Bakit kahit mahal ang halaga ng isang imported na gamit mas pumapatok ito kaysa sa mga murang halaga pero lokal na produkto?

Bakit kaya nating pondohan ng milyon-milyon ang CDF ng bawat mambabatas?

Bakit kahit gaano kamahal ang halaga ng produktong alak at sigarilyo patuloy na namamayagpag ang negosyong ito?

Bakit kahit mahal ang tiket sa konsiyerto ng dayuhang mang-aawit ay pumapatok pa rin ito?

Bakit may bilyon-bilyong dolyar tayong reserbang pera?

Bakit milyon-milyon ang allowance nang kung sino mang opisyal o delegado ng Pilipinas sa tuwing pupunta sa ibang bansa?

Bakit may kakayahang tayong magpautang ng Bilyong Dolyar sa ibang bansa?

Bakit ba ang dami kong tanong?

Poor ba us?

Hindi ba't nakakagagong isipin na sa kabila ng kahirapan ng bansang ito ay mayroong nagsulputang mga tanong na hindi sana nararapat?

Habang maikli ang kumot matutong mamaluktot. Hindi ba dapat na ito ang ating maging asal sa panahong ito; pamahalaan

9

man iyan o simpleng mamamayan dahil alam nating tayo ay hikahos sa panggastos. Ngunit kung ano ang puno siya ang bunga! Habang nakikita nating gumagastos ng walang pakundangan ang gobyerno ganundin ang mamamayan nito. Habang patuloy na may milyon-milyong pondo ang bawat mambabatas iisipin natin na hindi tayo naghihirap, na laging may nakalaang pagkukuhanan sa oras ng pangangailangan.

Kahit alam na natin ang kasagutan gusto ko pa ring itanong:

Ano ba talaga ang kanilang prayoridad: ang pork barrel fund o ang paggawa ng matitinong mga batas?

Sa kapakanan ba talaga natin napupunta ang umaapaw na pondong ito?

Mas alam mo ang kasagutan nito kaysa sa akin.

Higit sa labing-isang milyong Pilipino ang kinokonsidera daw na mahirap pero sa kabila ng kahirapang ito, ilang porsiyento ba rito ang walang celphone? Walang pambili ng alak? Walang pambili ng sigarilyo o walang pangsugal? Bakit patuloy ang pagdami ng mga mall at supermarket sa iba't ibang sulok ng Kamaynilaan at lalawigan?

Paano ba natin iuuri ang mahihirap? Kung ito ba'y walang pangkain? Pero bakit may pangbisyo? Kung ito ba'y may maraming anak na hindi mapakain? Pero bakit hinahayaan nila ito?

Mahirap maging mahirap pero ano ba ang ginagawa ng simpleng Juan Dela Cruz para makawala sa taguring mahirap?

Bakit marami sa "mahihirap" ang patuloy lang na umaasa? Masalimuot ang programa ni Pnoy na Pantawid Pamilyang Pilipino Program - maganda ang layunin nito ngunit ito'y hanggang saan? Ang mga nakatanggap ng benipisyo nito'y may natutunan ba o umayuda lang ito sa pagiging Juan Tamad ng ating kababayan?

Bakit marami sa kanila ang hindi malaman kung ano ang dapat na prayoridad? Kung may lalapit at uutang sa'yo ng pera pero mas maganda pa ang damit sa'yo o mas modelo pa ang gadget na hawak niya, pauutangin mo ba ito?

Poor ba us?

Librong tumatalakay sa buhay at pamumuhay ng payak at magarbong Pilipino.

Pulitiko, pulitika, ugali, kultura, pera at metapora ay nakapaloob sa nilalaman ng librong ito.

Isang libro na koleksyon ng mga sanaysay, kabalbalan, kuwento, opinyon, suhestiyon, tanong, obserbasyon, kathang-isip at katotohanan na sumasalamin sa pang araw-araw na buhay ng pangkaraniwang tao. Tinipon at inipon para sa mas malawak na layon, para sa makabagong alagad ng sining na hindi nagpapatali sa sa tanikala ng alituntunin at panuntunang nakakahon, para sa mambabasang may bukas na pag-iisip o kahit sa may sarado at sagradong paniniwala.

Hindi nito tinatangkang impluwensyahan ang pag-iisip ng bawat sinumang nakababasa bagkus ay inilalatag at inilalahad lamang kung ano ang karaniwang nakikita sa kapaligiran na madalas naman ay winawalang bahala.

Walang kagila-gilalas o kamangha-mangha kang mababasa dahil walang nakasaad dito na hindi mo pa naranasan, nasaksihan, narinig, nakita o nabalitaan.

Hindi naghahangad na magpakalalim para lamang mapagbigyan ang kritikong naghahanap ng kamalian at purihin at timbangin ang bigat ng bawat akda.

Lahat ay may karapatang magbigay ng sariling opinyon patungkol sa nilalaman ng libro negatibo man o positibo dahil tulad ng may-akda siya rin ay mahilig magmasid o magkomento.

1

Poor Ba Us?

'Wag kang magtawa. 'Yan talaga ang titulo ng artikulong ito. Uso ngayon ang ganyang uri ng pananalita at pakikipag-usap lalo na sa mga kabataan baka nga ginagamit mo rin 'yan sa pakikipag-text sa iyong mga kaibigan. Literal na taglish.

Nakakabobong pangungusap. Nakakabobong tanong. Bakit ba kasi kailangan pang itanong kung mahirap tayo eh alam naman ng lahat na ang Pilipinas ay kabilang sa third world country, developing country o sa madaling sabi: Mahirap na bansa. Sa katunayan ayon sa nakalap na impormasyon ng International Monetary Fund ang Pilipinas ang ikalimapu't-lima sa listahan ng pinakamahihirap na bansa sa mundo at ikalabing-anim naman tayo sa buong Asya.

Mahirap nga siguro tayo dahil may mga data at ebidensiya na nagpapatunay na tayo'y isang mahirap na bansa at wala naman sigurong kokontra at aapela pa usaping ito.

At dahil mahirap nga tayo ang budget ng bawat kongresista sa kongreso sa kanilang pork barrel fund ay umaabot sa 70 – 100 milyong piso lang at ang atin namang bawat senador ay may tigda-dalawang milyong pisong pwedeng gastusin para sa kapakanan ng sambayanang Pilipino. Mahirap pa tayo niyan. Pero minsan napapaisip din ako't nagtatanong; ilang opisyal at nanunungkulan na ba sa gobyerno halal man o hindi ang mahirap? Halos lahat sila ay multi-milyonaryo; maging alkalde, bise-alkalde, konsehal, kongresista, senador, mga kalihim at iba pa. Ba't kaya hindi nila ibahagi ang galing nila sa pagnenegosyo upang ang iba naman'y mabigyan ng pagkakataong umunlad? 'Wag na rin siguro baka ibang negosyo ang alam nila.

Kahit na hindi tayo mayamang bansa kaya nating gumastos ng 600 milyong piso sa isang kalsada lang na may habang 5.1 kilometro – aba ito 'na yata ang pinakamahal na highway sa buong mundo! Sino rin bang bansa ang magsasabing mahirap tayo eh bumilib nga sila nang gumastos ang ating mga opisyal ng gobyerno ng halagang $20,000 sa di-umano'y isang simpleng kainan lang sa Le Cirque sa New York kesehodang i-tag tayong 3rd World Country ng makapangyarihang mga bansa.

Kahit mahirap tayo hindi rin naman pahuhuli ang mga Pinoy pagdating sa mga bagong gadget tulad ng iPhone, iPad, Android tablets, DLSR Camera, Home theater, LCD TV's, etc. na kahit kari-release pa lang ang modelo ay kaagad na mayroon tayo nito o di kaya'y matiyagang pag-iipunan o babayaran ito ng labingdalawang buwan sa bangko maski na halos barya na lang ang maiuuwing sweldo sa pamilya. Kahit nga kalalabas pa lang ng isang bagong modelong sasakyan ay agad-agad na mayroon kang makikita sa lansangan ng Kamaynilaan. Haha. Mahirap pa tayo niyan.

Ang isa pang hinahangaan ng mga dayuhan sa'tin kahit na mahirap tayo ay ang patuloy na paglago ng bilang ng mayroong celphone sa 'tin, na sa populasyon nating mahighit 90 milyon, 50 milyon dito ay aktibong nagti-text at katumbas nito ay average na 400 milyong text sa loob lang ng isang araw! At may pagkakataon pa ngang umaabot ito ng 1.3 bilyong text tuwing araw ng Bagong Taon. Binansagan nga tayong "Text capital of the world" dahil dito. Kung gaano kabilis ang pagdami ng celphone users sa'tin ganun' din kabilis ang paglago ng bilang ng internet users sa 'Pinas sa katunayan mayroon tayong 18 milyon account na aktibo sa Facebook. Partida, mahirap pa tayo niyan.

Hindi man tayo mayaman na bansa ay lintek naman ang budget natin sa bawat departamento ng gobyerno ~ Hundred Billion! Sa katunayan sa laki ng budget natin nagiging source pa nga ito ng pangungurakot ng maraming opisyal ng pamahalaan. At ang pocket money ng mga opisyal na ito kung sila'y may tungkulin na dapat gampanan sa abroad ay million dollars. Anong sinabi ng mayayamang bansa sa 'tin?

Maganda sigurong pagdiskusyunan at sabihin na: hangga't mayroong kinukulimbat at kinukupit sa pera ng bayan ay 'wag tayong maniniwalang mahirap ang Pilipinas.

Marami mang hikahos sa karamihan ng mga Pilipino can afford pa rin ang mga ito na bumili ng yosi (na may halagang dalawang piso ang isa ~ pinambili na lang sana ng tinapay), pila-pila ang nagsisitayaan sa lotto lalo na 'pag umabot na sa daang milyong piso ang premyo ~ na ang halagang ginagasta dito ay sana'y ipinambili ng isang kilong bigas. 'Wag sabihing tumataya para makatulong sa mahihirap ~ kalokohan 'yan. Idagdag na rin natin ang pagdami ng bumibili ng shabu kahit na ang halaga nito'y mas mataas pa sa ginto na umaabot sa limang libong piso ang isang gramo! Ang mga small time naman ay hindi pahuhuli dahil limampung piso ang isang teabag ~ Paano pa kaya kung mayaman tayo?

Hindi mo ba pansin ang pagdami ng mamimili sa tuwing weekend sa mga Mall, Divisoria, 168, Greenhills at iba pa? Lalo na sa tuwing kapaskuhan at may SALE ang higanteng SM Supermalls na halos hindi na gumagalaw ang sasakyan sa labas ng establisimyento sa dami ng gustong magpark at masamantala ang "minsanang" SALE na ito. Hindi ka na nga rin halos makaupo sa upuan ng sinehan sa tuwing may bagong palabas na malupit na Hollywood Movies, mapa-3D man ito o hindi. At pagkatapos mag-malling siyempre kakain sa mga overpriced na fastfood o sa overpriced na kape, na sa dami rin ng mga kakain ay hindi ka agad makakahanap ng available na upuan. Kung minsan tuloy tinatanong ko ang sarili ko kung mahirap nga ba ang 'Pinas.

Sa tuwing may okasyon lalo na kung piyesta ay malupit din maghanda ang mga Pinoy; handaang makapagpapakain ng aabot sa halos isaandaang katao. Naisip mo ba kung gaano kalaki ang ginastos sa isang araw lang? Na mabuti sana kung ang halagang ito ay galing sa sobrang pera nila. Balidoso at balidosa na rin ang mga Pinoy ~ naglevel-up na ika nga. Dahil kahit na malaking halaga ang gagastusin para sa pagpapaputi sa mahal ng presyo ng glutathione pikit-mata natin itong binibili para lang makamit ang inaasam na kulay. At daang-libo man ang halaga ng pagpaparetoke, operasyon o pagpapaganda (ang gusto mong itawag) sa mga katulad ng clinic nina Belo o Calayan, papatusin ito ng marami dahil importante ito para sa kanila. Sus, kahirapan ba 'yan?!

Mahilig din maglibang ang Pinoy kahit na mahirap lang dahil tuwing summer kahit saang resort ka magpunta beach man 'yan o swimming pool sa Boracay, Cebu, Palawan, Cavite, Olongapo, Pampanga, Batanggas o Bulacan man 'yan asahan mong puno ito ng mga tao! Mas lalo sigurong masikip ang mga resort na 'yan kung higit na mayaman tayo. Isang uri din ng paglilibang ang pagtangkilik ng mga Pinoy sa foreign artists na gaya nina David Archuleta, David Cook, Taylor Swift, Rihanna, Neyo, Miley Cyrus, Kenny G, Justin Bieber at kahit nga Korean Pop group pinatos na natin; at kahit na halagang limang libo, sampung libo o labing-limang pisong halaga ng tiket ay Sold-out! Mukha ng kahirapan.

At dahil taliwas ang gawi ng mga Pinoy sa sagot sa tanong na: Poor ba us? Ibahin natin ang tanong at sa pagkakataong ito itatama at itatagalog natin ang tanong: *Mayaman ba ang Pilipinas at mga Pilipino?* Hindi. Pero mayabang tayo. 'Di ba nga madalas nating sabihin na: ***I'm proud to be Filipino!***

2

Hindi Lamang Pera ang Nagpapaligaya sa Tao

Money is the root of all evil.

Ang pera daw ang ugat ng lahat ng kasamaan kaya ba marami ang pinapatay, pumapatay at handang mamatay para lang sa pera?

Kung literal mong ita-translate ang kasabihang 'yan disinsana'y hindi na natin lahat kailangan ng pera kung ito lang pala ang magiging dahilan ng ating pagiging masamang tao. Subalit ang tamang translasyon at unawa dito ay: *ang labis na pagmamahal sa pera o ang pagiging ganid dito ang nagdudulot ng ugat ng maraming kasamaan.* Ika nga, ano mang pagmamalabis ay masama. Maraming gamit ang pera at kung gusto ng taong gamitin ito sa kasamaan o kabutihan ay nasa sa kanya na 'yun at hindi natin maaring isisi ang pagiging masama ng isang tao dahil sa pera. Bakit? Wala naman itong utak at isip 'di tulad nating mga tao.

May mga taong pera ang kailangan para mapunan ang ibang kalungkutan sa buhay, may mga taong sa pera nanggagaling ang panadaliang kasiyahan, may mga taong nag-iiba ang ugali kung walang pera sa bulsa. At lahat ng ito'y hindi pagsisinungaling.

Pera, hindi natin kayang mamuhay ng wala nito, totoong halos ito na lang ang nagpapaikot sa mundo, totoong marami ang pinagbabago ang ugali dahil dito. Ganunpaman, kahit ano pang sabihin hindi lang pera ang nagbibigay kaligayahan sa tao maaring kaya nitong punan ang ating mga pangangailangan pero hindi ito makasasapat para malubos ang kaligayahan ng isang tao. Marami ang hindi sasang-ayon dito ngunit ang lahat naman ay may kanya-kanyang opinyon at dahilan.

Hindi lang pera ang nagpapaligaya sa tao…pwede rin kasing iPhone, tablet, bagong kotse, trip to Hong kong o pagkain sa isang magandang restaurant. Haha. Biro lang.

Ang totoo at hindi biro: *hindi sapat ang pera para malubos ang kaligayahan ng tao kahit batid nating pera ang dahilan ng ating pagtatrabaho, maagang pagbangon sa umaga at pagpapa-aral sa ating mga anak.* Maaring solusyon ang pera sa ibang kakulangan ng ating buhay subalit hindi ibig sabihin nito na lahat ng ating kasiyahan ay dito lang nakasalalay.

Nakalulungkot na maraming tao ang nakadepende ang kasiyahan sa dami ng pera sa bulsa, sa ganda ng gadget at kasangkapan, sa gara ng suot na damit o sa dami ng pinamimili sa mall. Kunsabagay, sino ba naman ang magkakaroon ng matamis na ngiti kung ikaw ay baon sa pagkakautang o wala kang maihaing ulam sa hapag-kainan o wala kang sapat na pera sa pagpapagamot sa isang kaanak?

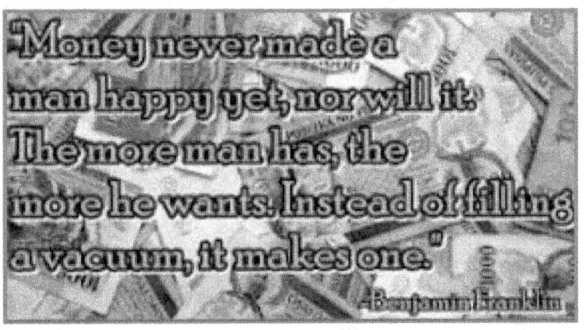

Lahat tayo'y nangangailangan ng pera walang hindi, dahil ito ang magsusuma ng pangunahing pangangailangan ng tao na: damit, pagkain at bahay. Sakaling ikaw ay may maraming bilang ng damit, sapat na makakain at komportableng tirahan, sapat na ba ang mga ito upang malubos ang iyong kasiyahan? *Kung pera lang ang dahilan para ang tao'y sumaya, bakit marami pa rin ang nagpapakamatay kahit marami silang pera't kayamanan?* Mayroon itong malalim na kadahilanan.

Sabi sa Chinese proverbs:

- Makabibili ka ng maganda at malambot na kama pero 'di ibig sabihin nito na payapa na ang iyong pagtulog.

- Makabibili ka ng relo ngunit hindi ang oras at panahon.
- Magkakaroon ka ng malaki at magarang bahay pero tila 'di ito makasasapat upang tawagan itong tahanan.
- Makabibili ka ng maraming pagkain subalit hindi ang gana para dito.
- Makabibili ka ng insurance pero hindi ang iyong kaligtasan.
- Makabibili ka ng libro ngunit hindi ang kaalaman.
- Magkakaroon ng dalubhasang doktor ngunit hindi ang kalusugan.
- Magkakaroon ka ng magandang posisyon sa kompanya o pamahalaan pero hindi ang tiwala at respeto.
- Makabibili ka ng dugo ngunit hindi ang buhay.
- Makabibili ka ng panandaliang sex ngunit hindi ang wagas na pagmamahal at pag-ibig.

Kakambal ng pagkamit ng maraming pera ang pagkakaroon ng magaganda at mamahaling mga damit, gamit at kasangkapan ngunit kalauna'y mararamdaman mong lagi pa ring may kakulangan. Kalimitan na ang mga kakulangang ito'y pinupunan ng mga materyal na bagay, mga bagay na pinaglilibangan o mga magagandang lugar at tanawin na pinupuntahan. Isang ironic na may mga taong may kakayahang bumili ng masasarap na pagkain ngunit hindi bumibili o hindi kumakain ng masasarap na pagkaing ito, bakit? Sa taglay na karamdaman. May mga taong kahit na may panggastos at kakayahang magpunta kahit saan nila naising lugar pero 'di nila ito mapuntahan dahil sa mahinang katawan.

Akala lang ng iba na 'pag ang tao'y maraming pera wala na itong problema ngunit ang totoo kung sino pa ang may labis na kayamanan siya pa ang may magulong kaisipan o may dinadalang mabigat na suliranin sa buhay. Sa Pilipinas, may mga taong nagpapakamatay dahil sa gutom at kahirapan datapwat marami ring bilang ng taong may kaya't kapangyarihan ang ninais na kitilin ang sariling buhay.

Kung sasapat ang pera hindi sana nagpakamatay ang may magulong isipan ang magiting sanang heneral na si Gen. Angelo Reyes.

Sa palagay niyo ba kahit daan-milyong piso ang pera ng dating pangulo na si GMA ay mahimbing ang kanyang tulog sa gabi? Milyong dolyar din ang naging kayamanan nina Whitney Houston at Michael Jackson ngunit alam nating may bahid ng kalungkutan ang kani-kanilang mga puso.

Ano pa ba ang hinahanap ng mag-aamang Ampatuan gayong halos bilyong piso na ang kanilang yaman?

Lubos kaya ang kaligayahan ng kongresistang si Iggy Arroyo bago siya pumanaw?

Umaapaw noon ang taglay na pera ng mga sport personalities na sina Mike Tyson, Dennis Rodman at marami pang iba ngunit parang may hinahanap pa rin sila na hindi nila nakita sa pera.

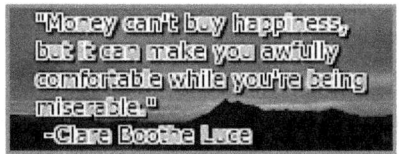

"Money can't buy happiness, but it can make you awfully comfortable while you're being miserable."
-Clare Boothe Luce

Ang mga mayayamang personalidad na inuubos ang oras at salapi sa casino kung may kaligayahan sa loob ng kani-kanilang tahanan ay 'di na nanaiising waldasin ang kanilang pera't panahon.

Sa umpisa'y mag-ienjoy ka sa isang kompanyang malaki magpasweldo pero kalaunan kung hindi ka na masaya dito mas gugustuhin mong magresign at maghanap ng ibang mapapasukan kahit 'di gaanong malaki ang sweldo.

Wala na sanang mga mayayamang napapapariwara ang buhay at nagiging sugapa sa alak at droga kung pera lang ang nagpapasaya sa kanila.

Ang Pilipinas ay kabilang sa pinakamahihirap na bansa sa mundo at sa Asya ngunit kabilang din tayo sa mga taong pinakamasiyahin sa buhay, ano ang indikasyon nito? *Na sa kabila ng kakapusan natin sa pera nakukuha nating maging masaya at kung ito'y positibong kaugalian dito natin tatalunin ang ibang mga bansa.* Hindi tulad sa mayayamang bansa gaya ng Amerika o Inglatera kaunting suliranin lang ay kaagad na silang nagpa-panic, nakita mo ba kung gaano sila umiyak noong sila'y tamaan ng bagyo at baha? Ang mabigat na problema sa iba ay pangkaraniwan lang sa iba. Nadadaan ka ba sa R-10 sa may pier area o sa maraming mahihirap na lugar sa Kamaynilaan? Tabi-tabi ang kanilang mga barong-barong doon pero kung pagmamasdan mo sila parang hindi naman sila namomoroblema sa pera, nakangiti pa rin silang gumigising sa umaga. *Hindi lahat ng mahihirap ay malungkot at hindi lahat ng mayayaman ay maligaya, ika nga nasa nagdadala 'yan.* Mas bibigat ang problema kung iisipin nating ito'y mahirap solusyunan at resolbahin. Ang pera ay mahalagang instrumento sa paglutas ng ilang problema ngunit 'wag sana itong gawing dahilan upang lumikha ng isa pang problema sa pagsagot ng isang suliranin. Walang nagsasabing 'wag kang mag-interes sa pera ngunit mas mahalaga ang pangalan at dignidad kaya 'wag itong ipagpalit at 'wag hayaang masilaw sa kinang ng karangyaan at kapangyarihan. *Ang isa pang problema sa pagkakaroon ng maraming pera: HINDI MO ALAM KUNG SINO ANG TUNAY MONG KAIBIGAN SA KANILA.*

Maiksi lang ang buhay kaya't 'wag tayong magmadali na bawiin ito, lahat tayo ay ito ang huling destinasyon, mayaman man o mahirap. *Ang pera ay pera lang, sa bandang huli ang buhay pa rin ang pinakamahalaga sa lahat sa kahit ano pa mang bagay sa mundo.* Masarap ang mabuhay kahit minsan hindi ito madali kadalasan tayo rin ang nagpapahirap sa isang simpleng bagay lang. Halos lahat tayo ay may problema sa pananalapi kaya nga tayo ay nag-aral at naghahanap-buhay, nakalulungkot na may nagpapakamatay sa halagang ilang libong piso at mas nakalulunglot ang balitang may pinapatay dahil sa halagang ilang daang piso lang subalit marami ang may pagkakautang na daang libo o milyong piso pero nakukuhang ngumiti at lumaban sa hamon ng buhay. *There's more to life than money. Hindi na maibabalik ang oras na lumipas, gamitin sana ito ng may kabuluhan dahil hindi lang pera mo ang kailangan ng iyong pamilya.* Masarap matulog sa gabi kung may kapayapaan ang puso't isipan kahit kapos sa pera. Masarap mamuhay ng may katahimikan at wala kang inaalalang uusigin ka ng batas at konsensya dahil sa ginawang kabalastugan magkamit lang ng kayamanan. Ang taong humuhusga sa taglay na posisyon ang higit na kailangan ng pang-unawa at ang taong tanging pera lang ang pinagkukunan ng kanyang kasiyahan ay kailangan ng higit na kalinga. Ang tunay na kaligayahan ay ang kagalakang nanggagaling sa kalooban at hindi ang kaligayahang nanggagaling sa labas at hinog sa pilit na ipapasok sa kalooban, pansamantalang kaligayahan.

Materyoso na ang ating mundo ngunit sana ngayon pa lang at hindi sa huling sandali ng ating buhay kung kailan huli na ang lahat, marealize natin na hindi lahat ng bagay ay kayang bilhin ng pera dahil hindi lang talaga pera ang lubos na nagpapaligaya sa tao.

3
Materyosong Pinoy

"Hunger for material things is a sign of weakness,
a character flaw"

*- Carlos Slim, the world's richest man having
an estimated assets of US$74 billion.*

Carlos Slim, bagamat siya ang pinakamayamang nilalang sa mundo siya naman ang pinakamagandang ehemplo pagdating sa pagdisiplina ng sarili na makontrol ang pagbili ng hindi gaanong importanteng bagay sa kanyang buhay at pamumuhay. Literal man na kaya niyang bilhin lahat ng bagay na materyal mas pinili niyang maging simple; mas simple pa sa kapitbahay o ka-opisina nating show-off. Ang kanyang opisina'y malaki pero hindi magarbo tama nang komportable siyang nagtatrabaho, wala siyang napakaraming bahay sa iba't-ibang mga bansa at ang kanyang tahanan ay may anim na silid lang, walang luho na mga super yacht, hindi maluho ang pamumuhay at ang kanyang wristwatch ay simpleng Swiss Watch lang na malamang ay mas mahal pa ang suot-suot na relo ng ilan nating kababayan. Ang masasabi lang na luho sa kanyang buhay ay ang pagkolekta ng mga artwork. At tinuran niya pa na: ang pagkagutom daw sa mga materyal na bagay ay isang kahinaan, batik sa isang pagkatao. Isang magandang eye-opener ang video na "The High Price of Materialism" sa Youtube tinatalakay dito ang epekto at sanhi ng materyalismo, komersyalismo at konsyumerismo na tila nangingibabaw sa panahong kasalukuyan.

Sa panahon ng kapaskuhan tradisyon na nating mga Pinoy ang mamili, mamili at mamili. Parang napakayaman ng ilan nating kababayan at tila 'di nauubusan ng pambili ng kung ano-ano. Bakit ba naman hindi eh laganap ang mga Sale at discounts sa mga shopping mall, mga 'di-umano'y zero percent/12 months installment na appliances o gadget, mga buy one take one at 50% off sa mga damit, mga warehouse sale ng branded na produkto o buy now pay later promo ng mga credit card company. Sadyang nakakaengganyo! At totoong marami-raming Pinoy ang naeengganyong bumili ng materyal na bagay na 'to at paalala mahirap daw ang mga Pilipino. Lahat na yata ng commercials sa telebisyon, sa radyo, sa billboards, sa pahayagan at kahit ads sa internet ay ginagayuma kang mamili ng ganoon, ng ganito tuluyan nang naglaho ang paghikayat sa mga tao na mag-ipon, mag-impok at magdeposito sa bangko para sa kinabukasan. Sa halip, ang mga bangkong ito ay ipinipilit at isinisiksik sa isip natin na gumastos at gamitin ang iyong credit cards. Bakit? Mas malaking 'di hamak ang interes na kanilang makukuha sa'yo kaysa nakapondo lang ang iyong pera sa kanilang bangko.

Ang pinoy pa naman ay napakadaling buyoin at mahina pagdating sa pagkontrol ng sarili sa ganitong klase ng temptasyon, sa abroad man o dito sa Pinas. Kung tutuusin, totoo namang nakakapanukso ang mga bagong gadget at teknolohiyang ito at may mga ibang handang itaya ang kani-kanilang mga sweldo para lang mapunan ang pagkagusto sa isang bagay na naibigan. Hindi pa natatanggap ang sweldo'y bawas na agad ang pinagtrabahuhan at marami-rami na ring

Pinoy ang masasabi nating materyoso; mga taong nakadepende ang kaligayahan sa mga bagay na materyal. Pero bugso lang ito o takaw-tingin dahil kung sakaling mabili o makamit mo na ang gamit na ito sandali ka lang namang kakalma dahil kagyat na nabusog ang takam ng iyong isipan. Sa sandaling panahon, mananawa ka na rin sa nagustuhang gadget o gamit dahil may bagong labas na modelong gadget na mas maganda, mas high-tech, mas maraming apps, mas mataas ang video resolution, mas mabilis ang internet browsing, mas maraming feature, mas mataas na memory capacity, lahat na. Walang katapusang pag-a-upgrade na talaga namang susukatin ang iyong kontrol sa sarili. Kung sasabayan mo ang agos ng teknolohiya mahihirapan kang languyin ito lalo't kung hindi naman ganoon kadami ang pera mo at tiyak na hindi ka makakaipon. Magkano ba ang bagong iPhone 4 na balak mong ipalit sa hawak mo ngayong iPhone 3G na nakalock-in ng 36 months? Magkano ba ang mababawas sa 'yong buwanang sahod kung mag-a-upgrade ka g Sony Ericsson Xperia? Nakaporma ka nga hawak ang "precious" iPad o Galaxy Tab wala ka namang ipon at wala kang dudukutin sa oras ng kagipitan. Nakakapaglaway nga ang malupit na Led TV pero hindi pa naman ganoon kaluma ang LCD TV mo sa bahay.

Tila naglevel-up na rin ang ma kabagong materyosong Pinoy dahil hindi lang sila basta gadget conscious kundi brand conscious na rin; hindi basta-basta bumibili ng mga gadget o gamit na hindi gaano ng kilala o sikat ang brand. Madalas kong makitang naka-Sale o naka-promo ang celphone brand na Myphone at Cherry mobile sa Robinsons Place pero parang walang pumapansin dito, dinadaan-daanan lang ito ng mall goers at shoppers. Naisip ko tuloy kung ang naka-promo o discounted price na gadget na ito ay ang mga brand ba tulad ng Sony Ericsson, Nokia, Samsung o iPhone ganoon din kaya kalamig ang pagtanggap ng mga mamimili? Siyempre, hindi. Dahil mahina ang karismang hatid ng mga hindi gaanong popular na brand na ito. Ilan lang din ba ang nagkakagusto sa Cherry

Superion Tablet o Joypad Tablet kaysa sa kakumpetensya nitong iPad o Samsung Tablets? Kahit na libo-libo ang diperensiya ng halaga mas mabili pa rin ang mamahaling brands na ito. Kunsabagay, mahilig naman talaga ang mga Pinoy sa sikat at popular 'di ba? Kaya nga nakaupo ngayon sa posisyon si Noynoy dahil sa katanyagan ng kanyang mga magulang. Alam nating lahat na mas may kakayahan si Dick Gordon na pamunuan ang Pilipinas pero kulelat siya sa botohan at mas marami pa ring boto ang sikat na si Erap Estrada. Bago ko makalimutan, pangalawang termino na ngayon ang wagas na si Senador Lito Lapid, na batikan at popular na action star ng 'Pinas. Kayo na ang magdagdag sa listahan at baka lumayo ako sa paksa.

Bakit ba nahiligan nating Pinoy ang maging materyoso hindi lang sa panahon ng kapaskuhan kundi sa buong taon? Iyon bang 'pag may pagkakataon ay ia-upgrade ang gamit o kasangkapan kesehodang maging sanhi ito ng sariling kagipitan o pressure sa taong hinihingan, Ang mga gamit/gadget/kasangkapan ay nilikha para maging alipin natin pero kabaligtaran ang nangyayari dahil ang tao ang inaalipin nito; na kailangan mong bunuin at buoin ang labingdalawa o dalawampu't apat na buwan para lubos mo itong mabayaran. Ang pangunahing rason kung bakit napakalalaki ng mall sa Pilipinas ay sa dahilang ang mga Pinoy ay likas na magastos katunayan tatlo sa pinakamalalaking mall sa buong mundo ay nasa Pilipinas, repleksyon ito na ang Pinoy ay mahilig mamili o mag-shopping sa kabila ng pagiging third world country natin. Ano-ano ba ang dahilan bakit ginagawa na nating bisyo ang pamamakyaw ng mga gadget/kagamitang ito? Heto ang aking obserbasyon; mga negatibong kadahilanan:

1. **"kawawa naman ako" mentality** ~ Isang negatibong likhang isip ng mga Pinoy! Na sa isip niya'y kaawa-awa siya dahil luma ang kanyang gamit. Kailan ka pa naging kawawa kung luma ang gamit mo? Sino ba ang may sabi nito? Marami ang nahihiya

kung ang celphone/gamit mo ay luma o outdated. Sa panahon kasi ngayon marami ang nanghuhusga base sa iyong mga posesyon at kahit hindi naman direktang pinipintasan ang gamit mo pero iyon ang inilalagay mo sa isip mo. Imbes na ikaw ay hangaan sa bago mong gamit ikaw ay naging katawa-tawa sa paningin ng iba dahil pinipilit mong maging moderno pero ang totoo hirap na hirap ka naman.

2. Pamporma ~ napaka-obvious naman na isa ito sa mga dahilan; malakas at kahanga-hanga nga naman ang dating mo sa iyong mga barkada, kaibigan, kaanak, classmate o kaeskwela kung moderno ang gadget mo. Ang pangpormang dahilan na ito ay lumilikha na inggit sa isang kapwa ring materyosong tao at kalaunan ay nais niya ring magkaroon ng katulad o mas higit na produkto.

3. Katiwasayan ng isip ~ pansamantala lamang ito dahil sandaling napunan lamang ang paghanga mo sa isang produkto; ilang buwan lang ang lilipas ay may bago nang lalabas na produkto at mag-iiba na naman ang gusto mo samantalang hindi mo pa natatapos hulugan ang nauna mong binili at sasambitin mo: "ito na talaga ang gusto ko, kuntento na ko 'pag meron na'ko nito" o kaya naman "dapat hindi muna ko bumili".

4. Yabang ~ bukod pa ito sa pampormang dahilan. Pero hindi naman ibig sabihin nito na kung may moderno kang gadget/gamit ay mayabang ka na dapat na ikonsidera na marami ang bumibili ng gadgets **dahil sadyang kailangan nila ito sa hanapbuhay, kailangang i-upgrade na ang lumang gamit at para sa kombinyenteng dahilan.** Subalit kung ang sweldo mo sa nasa minimum wage lang pero ang gadget/gamit/celphone mo ay higit sa bente mil at ito'y binili mo ng walang panghihinayang, anoang tawag mo dito? Tapos, nagagalit ka 'pag hiningan ka ng pambayad ng kuryente o pamalengke. Kadalasang ito ang pangunahing dahilan kaya hindi nakakaipon dahil mas inuuna pa ang kaluhoan kaysa pangangailangan. Isa ring kayabangang dahilan ang manghingi na umaabot na sa puntong pamimilit na bigyan siya ng karangyaang gadget na naibigan sa isang kaanak sa abroad at may halong pagbabanta o pangba-blackmail pa kung sakaling hindi siya mapagbigyan. Hindi na naisip ang hirap nang kalagayan ng trabaho sa ibang bansa dahil sarili at luho lang niya ang mahalaga.

5. To feel secure ~ Kung ang circle of friends o mga kasama mo opisina ay parating nagpapalit ng gadget na parang 'di mauubusan ng pera tila hindi ka magiging komportable kung ang hawak mong gadget ay higit na sa isang taon. Parang may kung anong pwersang nagtutulak at bumubulong sa'yo na dapat ay magpalit at mag-upgrade ka na rin ng gadget. Kung ito ang dahilan mo sa para maging "secure" ka mag-isip isip ka.

6. Status symbol ~ Dahil gusto mong makilala sa paraang sumisimbolo ng isang karangyaan hindi na isyu sa'yo kung pwede pa o hindi na pwede ang gadget mo basta dapat ay kung ano ang malupit na gadget na nasa merkado ay mayroon ka. Para kang isang modelong rumarampa na idini-display, winagayway at binabalandra ang bawat latest gadget na lumalabas.

7. Bahala na attitide ~ para mapunan ang iba pang personal na dahilan kadalasang pumapasok ang bahala na attitude. Alam ng problema ang susuungin pero sugod pa rin dahil sa tila lason na ang pag-iisip ng komersyalismo at konsyumerismo. Hindi naman masama ang magkaroon ng moderno at mamahaling gadget o gamit lalo't kung ito'y pangangailangan higit sa bugso lang ng kaisipan. Lalo't kung ito'y kaya mo kaysa iyong kinakaya lang. Hindi na kailangan pang ipaliwanag pa nang mahaba dahil alam natin na mas mahalaga ang mag-impok at mag-ipon para sa kinabukasan kaysa maglustay at gumastos para lang mapunan ang kagustuhan.

Ang mga gadget, celphone o kasangkapan ay mga kagamitan dapat tayo ang gumagamit sa kanila, tayo ang amo at sila ang alipin, tayo ang siniserbisyohan nito pero kung iyon ang dahilan para mabaon ka sa utang sino ngayon ang nagsisilbing alipin? Ang posesyon ng materyal na bagay ay kailanman hindi dapat gawing batayan ng isang pagkatao at kung ito ang pamantayan mo sa buhay, napakababaw nito.

Hindi lahat ng mga mamahaling gamit ay mayayaman ang bumibili at hindi lahat ng mga mayayaman ay mga mahal ang kagamitan madalas kung sino pa ang pangkaraniwang mamamayan na hindi kalakihan ang kinikita o kahit na simpleng estudyante lang ay may high-tech at modelo ang hawak na gadget at ang mga taong may talagang kakayahang bumili nito ay hindi naman ganoon kamahal ang mga gamit. Siguro ang dahilan nito'y: mas pinapahalagahan ng mga propesyonal ang bawat halagang lumalabas sa kanilang bulsa at mas alam nila ang importansya ng pera sa panahong ito. Kunsabagay, aanhin mo nga naman ang mga high-tech na iPhone, Xperia o N9 kung pang-text lang o music player ang gamit nito sa'yo, aanhin mo nga naman ang iPad o Galaxy Tab kung maglalaro ka lang ng Angry Birds o mag-a-upload ka lang ng pictures sa Facebook, aanhin mo nga naman ang DLSR cameras kung puro kalokohan lang naman ang pini-picturean mo, higit sa lahat aanhin mo nga naman ang iMac o Vaio kung Facebook, Youtube lang naman ang gamit nito sa'yo.

Ang ano mang kasiyahang nadama na nanggaling sa labas tulad ng materyal na bagay ay asahan mong ito'y panadalian lang at laging may hangganan. Ang tunay na kagalakan ay galing sa kalooban; sa puso. Hindi ito matutumbasan ng magarang kasangkapan, hindi matatawaran ng salapi, hindi mapapalitan ng mamahaling kasuotan. Kaibigan, pamilya, mga mahal sa buhay at kapanatagan sa isipan ang tunay na pinagmumulan ng kaligayahan.

Ang magandang mensaheng hatid ng isang text message, ang masasaya at mahahalagang alaala nakapaloob sa isang larawan na hindi nakikita ng ating mata, ang malambing na boses na tawag sa telepono, ang nakakatanggal-pagod na video call galing sa abroad at mga puno ng pagmamahal na mensahe ng isang email galing sa mga mahal sa buhay ang tunay na nagdudulot ng kaligayahan sa ating puso at isipan at makakamit mo rin ito kahit hindi gaanong mahal ang iyong camera, celphone o laptop. Matutong magpasalamat sa halip na magnasa nang kung ano-anong materyal bagay.

Tapos na ang Pasko at Bagong Taon, naibigay na rin ang 13th month pay at bonus; ilang buwan na lang at Abril na ibig sabihin enroll-an na naman ng mga bata napaghandaan mo ba ito? May naitabi ka bang pera sa panahon ng kapaskuhan na ikaw ay nagpapasasa? Malamang wala, 'di bale bago naman ang gadget mo. Bale ka muna sa opisina o kaya sa BFF mo 'di ka ba nahiya mas maganda pa ang gadget mo sa uutangan mo? O di kaya mag-loan ka sa SSS O Pag-ibig o kaya sa bangko o ibenta mo na lang kaya 'yang gadget mo? Ubos-biyaya ka kasi.

4
The Korean Invasion

Barely 50 years after the Korean War and the animosity between the two conflicting Korean countries may anytime spark…the Korean invasion figuratively conquers our nation. Their unforgettable teledramas and the funny 3 syllable names of the actors and the actresses, the not-so-difficult redundant dance moves and the ghastly waxed hair with white powder make-up of the so called K-pop draws the attention of the young naive Filipinos. And despite the barrier language between the Filipinos and the Koreans' they're magically hypnotized us or put under the spell of their charisma.

Music is a universal language and anybody can listen to whatever music and still appreciates it. How many Filipinos understand the lyrics of "Nobody but you" by the Wondergirls? Not even the one percent of the entire Philippine population. But who will disagree that this song captures the very heart of the Pinoys? And please don't deny that you have done this: singing the chorus, pointing the two index fingers while raising one knee and not to mention that you have to clap your hands twice after. Haha. I won't tell.

Wonder girls

Have you ever wondered why so many Filipinos move to the groove of the Koreans' catchy tunes? Have you ever ask why their songs is such a hit in this non-speaking Korean country? Have you ever wondered why we accept the Korean pop-group in open arms despite the language barrier? Have you ever ask why in an instant the unknown K-pop group is now popular here in the Philippines? Have you ever have the courage to ask why their songs are so appealing to you and most of the Filipinos?;

Are you not amazed by the storyline and the production of "Jumong"? Did you fight the yawn every night just to watch the adventures of Jang-geum in the "Jewel of the Palace"? Are you also teary-eyed every time you see Jessie of "Endless Love" weeping? Did you feel unhappy when "Stairway to heaven" of Jodi and Cholo meet its end? Does your night wasn't complete if you didn't watch the cuteness of Justin and Jessie of "Full House"? Aren't you feel glee after you have watched the love story of Vivian and Carlo of "Lovers in Paris"?

Don't blame the Koreans for this phenomenon, don't blame them for the threat of ruining our local industry, don't blame them for the madness they have bring. In fact, the Korean actors, actresses, singers and groups doesn't care if they become famous or not in our country. They didn't asked for it; we Filipinos welcomed it! Their songs are on our FM Stations, their Music Videos are on MYX! and their artists have been invited here to perform. After the success of Mexican (Marimar et al) and Taiwanese (Meteor Garden series) telenovelas, Kapuso station brought to us the firsts Koreanovela that is: "Autumn in my Heart (Endless Love)" then the most successful of them all: "Full House" which starred the highly rated and the rising star of Hollywood Jung Ji Hoon (Rain) of Ninja Assassin. In response, Kapamilya station give us the not so popular "Save the Last Dance", "Stained Glass" and their 2 hits so far "Lovers in Paris" and "Boys over Flowers".

Forget the lyrics just the melody and the beat. Forget the language barrier of their telenovelas because their soaps literally dubbed in our language. Since the unexpected success of "Endless Love", how many koreanovelas shown in our small tube? Okay, I will name some because I might run out of space if I said it all:All about Eve, Attic Cat, Foxy Lady, Glass Shoes, Guardian Angel, Kim Sam Soon, Irene, Love Letter, Love story in Harvard, Stairway to Heaven, Winter Sonata, Coffee Prince, Jewel in the Palace, Jumong, Shining Inheritance, Queen Seon Dok, East of Eden, Forbidden Love, Green Love, My Girl, Only you, Princess Hours, A love to kill, High Kick, First wives club, Oh feel young among others. And these are just samples of the Koreanovelas we have patronized. Indeed, the Korea is a factory of great soap operas. And we didn't stop here, after the domination of some Koreanovelas in primetime; the two giant stations replays it in the afternoon gaining high ratings once more BUT WAIT THERE'S MORE! We are still not contended with this we even remake some of koreanovela hits fielding our local actors and actresses. Sick and tired is not on the vocabulary of Filipino viewers. And here's the list of Koreanovela adapted, reproduced and remade by our two local stations: Full House, My Girl, Kim Sam Soon, Lovers in Paris, Only you, My girl, All about Eve, Endless Love and Staiway to Heaven (did I miss one?) Now who will say that Korean Dramas doesn't invade us?

Many of the K-pop artists (as they want to be called) has a weird names some of them are: Super Junior, 2NE1, 2PM, 4minute, B2ST, SHINee, U-kiss, TVXQ, etc. but never mind the weird names 'coz this does not hamper them to infiltrate our pop-culture the important is they are making a huge wave in this country; giving us (new?) songs that can move your body and made you sing the chorus; even just the chorus – "en-eh-en-eh, en-eh TWENY-ONE"!

So what is special to them that our youth go gaga over them? Screaming, singing, dancing, googling, buying CD's, watching concerts; in short, amazed.

THE KOREANOVELAS – Isn't it that the Korean writers/ novelists hasn't run out of great stories and ideas? That despite of the hundred telenovelas airing every year to their country still they come up with different tales to tell. Here are some reasons why Filipinos craving for it:

1. the uniqueness story of each of their soap opera
2. the fascination of the Filipinos to Korean culture
3. the curiosity to compare our teleserye to theirs'
4. the fact pacing story (compared to us)
5. Koreans aren't afraid to experiment and produced highly budgeted soap operas
6. film-like productions
7. (maybe) Filipinos are fed-up with the same plot of Philippine teleseryes
8. aside from their good looks; they have fine actors and actresses

THE K-POP! – They all have similarities; the type of songs, the anime hairstyle, their wriggler-like dance moves and the flamboyant clothes. They (almost) have the same over-all appearance and you can't easily recognize who's who yet still they manage to gain huge crowd not just on their country but also here in the Philippines and we just can't imagine how on earth that their songs find its way to be acknowledged and pass from the taste of Filipino. Here's my little observation:

* Because Filipinos just can't be patriotic we will admire any group/singers that caught our easy-to-please attention. It's like the admirations we have given to Menudo of Puerto Rico, F-4 of Taiwan, West Life of Ireland, Backstreet Boys of America etc. The only difference is that the K-pop songs aren't in english. I think the good thing about this is: It is just a fad and the popularity they enjoy today may die slowly and gradually.

Can you blame the Filipino producers for this happening? Who will idolize the copycat XLR8? Are you amuse by the wits of Masculados? Did you find the Viva Hot Babes great dancer or singer? Do you feel that Eurasia will lasts? Are you a fan of Voizboys? What will the La Diva has to offer? "Baduy" or "Jologs" is the first thing that comes into your mind. Don't deny. Unlike other countries, this is one of our biggest problem: lack of patriotism. If you're a fan of Koreanovela you may notice that they are promoting, using, patronizing their own products i.e. Samsung and LG phones, Hyundai , Kia and Daewoo cars.

Comparing to other countries; Philippines has a big follower of the French clothing Lacoste; imitation or not you may see many Filipinos wearing this overrated brand. Did you notice the decline in PBL and PBA fans and gatesales? While we still get excited to watch the NBA. Why do Philippine movie & music industry stuck in limbo? While Hollywood movies and CD's of RNB artists gain sales. Filipinos are Filipinos nobody can change that as long as we have colonial mentality on our mind. Then, we only refer Colonialism to the Western countries but now it has extent to a worst level. It's not that the Korean or Taiwanese are not that good but we just can't simply love our own! That we still have to remind the FM stations to play OPM; That we have to buy a box of glutathione just to have white skin; That we are more eager to explore the world than to be a tourist in our own country; That we are willing to spare some cash to the foreign artists rather than our locals; That we prefer expensive foreign brand perfume and find it more scented than our own;

Korean Invasion?…So what? I think nobody bothers and nobody cares and I also don't care….eh eh eh eh eh I Don't care eh eh eh eh.

5

Mapalad pa rin ang 'Pinas'

'Wag na nating pagtakpan na ang bansa natin sa ngayon ay mahirap, maraming problema at ang iba nga ay itinuturing pa itong miserable. Oo, sa lahat ng bansa ay may korapsyon ~ iba't-ibang antas nga lang, lahat ng bansa ay may kahinaan at hindi lahat ng mamamayan sa mayayamang bansa ay mayaman din. May mga naisulat na tungkol sa kahinaan ng ating bansa pero hindi katumbas ito na niyuyurakan at tinatalikdan na ang ating bansang Pilipinas, marami nang naisulat na katiwalian ng ating mga lider pero hindi ibig sabihin nito na ikinahihiya na ang pagiging isang Pilipino bagamat 'di rin naman dapat ito ipinagmamayabang.

Kung hindi mo kayang maging makabayan 'wag mo naman sanang pandirian ang bansa mo wala itong kinalaman sa pagiging ganid ng maraming pulitiko. Kahit ano pa ang sabihin sa bansa natin wala ka nang magagawa du'n, lahat ay may sariling opinyon. Ipinanganak kang Pilipino at mamamatay kang Pilipino kahit legal ka pang magpalit nang nasyonalidad. Kung hindi natin kayang paunlarin ang Pilipinas, paunlarin mo na lang ang buhay mo sa ganoong paraan masasabi mong matagumpay ka sa sarili mong pagsisikap at kasunod nito liligaya rin ang buo mong pamilya; 'wag mong sisihin ang Pilipinas kung hindi ka man naging matagumpay sa buhay. Kung ninanakawan tayo ng ating lingkod-bayan nang lantaran man o hindi ayaw kong sabihin na: *"hayaan mo sila"* pero lubhang napakaliit lang natin para sila'y pagbaguhin at gibain; sa ibang paraan na lang sila mahuhusgahan at alam mo na ang ibig kong sabihin.

Sawa na rin ako sa balita nang kahirapan at kabalastugan sa Pilipinas subalit kung tutuusin at kung ikukumpara ang Pilipinas sa ibang mga bansa sa iba't-ibang bahagi ng mundo; 'di hamak na mapalad pa rin tayo. Kung ikukumpara ang ating mga kalagayan sa sitwasyon ng naninirahan sa mga bansang aking babanggitin baka sumang-ayon ka rin. Sa kabilang banda, hindi rin naman tayo dapat magdiwang dahil alam natin mas may igaganda pa ang estado ng ating katayuan, mas may iuunlad pa ang ating ekonomiya kundi lang sana nalason ang pag-iisip ng mga namumuno sa atin mas kaunti sana ang naghihirap na Pinoy, kung naipapatupad lang sana ang magagandang programang para sa sambayanan baka hindi tayo nakalugmok ngayon sa kahirapan. Siguro'y tama nang ipagpasalamat natin na ang Pilipinas pala'y hindi ganoon kamiserable kagaya ng iniisip ng marami sa atin.

Ayon sa United Nation ang paggamit ng Internet ay isa ng Basic Right kaya't mapalad tayo dahil malaya nating naipapahayag ang ating mga boses sa pamamagitan ng Internet, malaya tayong bumatikos at pumuna sa mga katiwaliang ating nakikita, may laya tayong magbigay ng kritisismo sa Pamahalaan dahil bahagi ito ng ating demokrasyang tinatamasa 'di tulad sa mga bansang Belarus, Burma, China, Cuba, Vietnam, Laos, Cambodia, Egypt, Iran, North Korea, Saudi Arabia, Syria, Tunisia, Turkmenistan, Uzbekistan at Vietnam. Ang pamahalaan sa mga bansang ito kundi man bawal ang paggamit ng Internet ay matamang sinisiyasat at minomonitor ang bawat sabihin at batikos ng isang Internet user laban sa gobyerno. Kung dito ka nakatira at isa sa iyong kaligayahan ang mag-internet at gumawa ng blog kailangan mong mag-ingat sa bawat salitang iyong isusulat dahil kung hindi problema ang aabutin mo 'di gaya sa bansa natin na kahit papaano ay may laya tayong magbitaw ng ating kritisismo laban sa mga namumuno at opisyal ng gobyerno. Aminin man natin o hindi, mas malaya ang bansang Pilipinas kaysa sa mga bansang nabanggit.

Minsan nang nagbanta sa atin ang El Niño o malawakang tagtuyot ngunit 'di naman ito nagtagal dahil agad din namang umulan sa panahon na kinailangan natin ng tubig nang halos kritikal na ang ating sitwasyon. Subalit sa mga bansang Afghanistan, India, Pakistan at Sri Lanka ay nararanasan ito isang beses sa loob ng tatlong taon; samantalang sa mga bansang Bangladesh at Nepal ay madalas ang napakalalang tagtuyot na labis na nakakaapekto sa kanilang agrikultura resulta nito'y kakulangan sa pagkain. Kaya sa sandaling umulan sa Pilipinas 'wag magmukmok at magmura isipin na lang ang mabuting dulot nito para sa ating mga magsasaka.

Ngunit ibang usapan na 'pag bagyo ang sa atin'y sumagupa, ipanalangin na lang natin na hindi ito kasingtindi ni Ondoy.

Maraming Pinoy ang nag-aalala at natatakot sa kaguluhang ihahatid ng mga rebelde, masasamang elemento ng lipunan at mga bandido dito sa atin kabilang na ang NPA, Abu-Sayaff, holdaper, tiwaling mga pulis at militar at iba pa subalit kung iisipin mo 'di hamak na mas estabilisado pa tayo sa ibang mga bansa kung pag-uusapan ang ekonomiya at pulitika. Maraming bansa ang mas nakakatakot at mas mapanganib kaysa bansa natin dahil sa kahinaan ng kanilang ekonomiya, pulitika at sandatahang armas laban sa tunay na terorista; lingo-linggo ay daan-daang katao ang namamatay dahil sa iba't ibang uri ng karahasan (terorismo, suicidal attacks, atbp). Mga karahasang walang mabuting dahilan at walang kongkretong kadahilanan na ang nais lamang ay ipalaganap ang takot sa mamamayan, kahit na ang simpleng paglabas ng bahay at pamamasyal ay parang isang misyong imposible. Kabilang dito ang mga bansang

Teritoryo ng Palestinian, Zimbabwe, Lebanon, D.R. Congo, Sudan, Pakistan, Haiti, Afghanistan, Iraq at Somalia.

Nababalitaan at napapanood mo ba sa telebisyon ang kaguluhang nagaganap ngayon sa Libya, Turkey, Syria, Yemen, Afghanistan at Sudan? Balot ng takot at pangamba ang mga residente dito dahil sa digmaan ng gobyerno at ng kanyang nasasakupan. Bayolente na ang magkabilang panig at handang mamatay at pumatay para lamang maipagtanggol ang kani-kanilang ipinaglalaban.

Mahimbing pa kaya ang tulog natin kung sa ating bansa ito mangyayari? Takot din ang umiiral sa mga Koreano dahil anumang oras ay maaaring sumiklab ang digmaan sa pagitan ng nagbabangayang North at South Korea, gayunding takot ang nararamdaman ng mga Israelitas at ng mga Palestino dahil sa hindi matapos-tapos na pag-aagawan ng teritoryo. Kaya't ipagpasalamat natin na hindi pa humahantong sa ganyang antas ng kaguluhan ang ating bansang Pilipinas.

Sa tuwing may parating na bagyo sa atin marami na ang nag-aalala at natatakot, pa'no pa kaya ang patuloy na banta ng lindol at kung minsa'y tsunami? Ang maunlad na bansang Japanay ito ang mabigat na suliranin sa halos araw-araw 'wag nating sabihing sanay na sila dito dahil walang sinumang tao ang gustong masanay na may takot sa isipan. Noon lamang Marso 2011 tinatayang higit sa sampung libong katao ang namatay at labis sa tatlong daang milyong dolyar ang naging pinsala ng lindol at tsunami sa malaking bahagi ng Japan.

Kung ang malalakas na bagyo sa atin kung dumating ay minsan sa isang taon; ang mga Hapon ay labis na nag-aalala, natu-trauma, balisa at may matinding takot sa tuwing lumilindol. Hindi ba't may mas mabigat na problemang emosyonal at sikolohikal ang mga Hapon kaysa sa ating mga Pinoy?

Kung klima ang pag-uusapan 'di hamak na napakaganda ng ating klima kumpara sa ibang bansa na may temperaturang napakalamig (below freezing point) kabilang dito ang mga lugar na Alaska, Greenland, ilang bahagi ng Russia, Canada at Antarctica kung dito ka nakatira malamang na hindi mo na ma-enjoy ang swimming tuwing summer (ang babaw). Sa dami ng mahihirap na Pinoy na nakatira lang sa ilalim ng tulay, kariton, kalsada at iba pang hindi kanais-nais na lugar; hindi nila kakayanin ang napakatinding lamig ng hatinggabi (sa umpisa lang nakakaaya ang napakalamig na klima) at malamang kabi-kabila din ang sakuna dahil sa dulas ng kalsada. Hindi na rin siguro matamis ang 'yong ngiti kung sa panahon ng tag-init ang temperatura ng iyong bansa ay literal na nakakapaso ng balat (lampas 50C) ang mga bansang Libya, Greenland Ranch (USA), Tunisia, Mali, Israel at Iran ay ito ang nararanasan. Kaya't higit na mapalad tayo dahil napakaganda ng ating klima sa halos buong taon.

Oo, mahirap ang Pilipinas at maraming pamilya dito ang kinokonsiderang nagugutom. Subalit maraming bansa sa East Africa ngayon ang higit na mahirap kaysa sa'tin at milyon-milyon dito ang literal na gumagapang sa gutom. Tinatayang higit sa labing-isang milyong katao ang walang makain sa mga bansang Ethiopia, Kenya, Uganda at Djibouti at libo-libo dito ang namatay na sa kawalan ng makain at ang bilang na ito ay patuloy na nadadagdagan sa bawat araw dahil ayon sa istatistika nakababahalang tatlo katao kada araw ang namamatay dito sa dahil gutom!

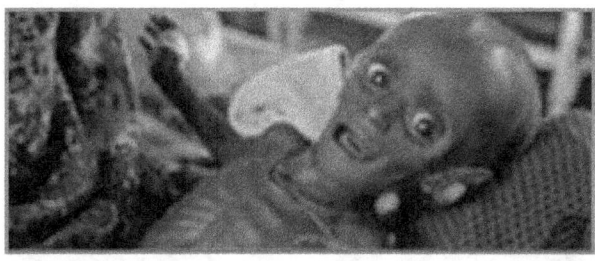

Bagamat maraming bansa ang patuloy na nagbibigay ng tulong sa mga bansang ito sa pamamagitan ng UN(WFP) lubhang hindi pa ito sapat sa nakasisindak na bilang ng tunay na nagugutom. Sa Pilipinas, kung hindi ka maselan at hindi tatamad-tamad ay 'di ka magugutom dahil 'di hamak na buhay ang ating ekonomiya at hindi pa naman dumadating sa puntong libo-libo ang literal na namatay dahil sa kawalan ng pagkain. Sa ngayon, may isda pa ang ating dagat, may puno pa ang ating gubat, may mga hayop pa tayong inaalagaan at pinapastol, may tanim pa ang ating bukid, may prutas pa ang ating puno at may biyaya pang ulan na dumarating. Kaya't kung iisipin mas mapalad pa rin tayo 'di ba?

May mamamayan sa mga bansang nabanggit sa huling bahagi ng artikulong ito ay hindi prayoridad ang maraming bagay tulad ng paglilibang baka nga hindi pa sila nakakapasok sa sine o hindi pa nakakahawak ng computer o ng simpleng celphone, marami dito ang madalas na pumapalya sa pagkain at walang malinis na tubig na maiinom, marami sa kanila ang walang pakialam kung may kasuotan man sila o wala at marami din dito ang hindi na nakuhang makapag-aral. Samantalang maraming Pinoy naman ang panay ang reklamo dahil luma ang mga gamit, outdated na celphone, walang pakundangang nagsasayang ng pagkain, nag-iinarte dahil sa suot na mumurahing damit, panay ang mura sa mabagal na internet connection, sinasayang ang pagkakataong makapag-aral at winawaldas ang pera sa walang katuturang bagay (samantalang ang magulang ay nagpapakahirap sa abroad)… Nakakalungkot. Marami nang problema ang mundo 'wag ka na sanang dumagdag.

Siguro'y makatutulong na huwag muna nating ihambing ang Pilipinas sa mga mauunlad na bansang tulad ng Amerika, Inglatera, Italya at iba pa dahil 'di hamak na maliit na bansa pa lamang tayo kumpara sa kanila mas makabubuti sigurong isipin na mas angat tayo sa ibang mga bansa at magmula rito ay pagsumikapang abutin ang layuning maging mas maunlad.

Hindi ko naman sinasabi na dapat tayong makuntento sa kalagayan at katayuan natin ngayon dahil alam kong mas may iuunlad pa tayo. Upang imbes na tayo ang tulungan ay tayo naman ang tumulong sa mga bansang higit na nangangailangan ng kalinga.

Kung maaari lang sanang itigil muna ang pulitika, kung maisasantabi lang sana ang pagiging ganid at makasarili, kung totoong kapakanan ng bayan lang sana ang nasa isip ng mga namumuno... mas maunlad at progresibong Pilipinas ang sasalubong sa ating bukas. Bawasan ang reklamo isipin na lang natin mas mapalad pa rin ang 'Pinas!

Tulad ng pagiging tao hindi natin mapipili ang ating mga magulang at hindi rin natin mapipili ang ating nasyonalidad; hindi ba natin pwedeng ipagpasalamat na pinanganak tayong Pilipino? Hindi Somalian, Kenyan o Ethiopian. Kung mahirap ang maging Pilipino ano na ang tawag sa kanilang kalagayan?

6
Sugat

Dumudugo ngunit 'di dumadaing, humahapdi ngunit 'di makahindi,tumatangis ngunit walang nakaririnig.

Kaawa-awa.

Sugatan.

Tangan ang isang sugat na tila wala nang pag-asa pang maghilom.

Walang kusang-loob na nagmamagandang-loob gayong marami ang may kakayahang ito'y gamutin. Samantalang ang nagnanais ay walang lakas,walang libog. Marami ang may kakayahang lunasan ang lumalalang sugat ngunit mas pinili ang magkibit-balikat na lang. Parati.

May sisigaw at idudulog ang nakatambad na galis at galos sa maalikabok na kalsada; nagmukha lamang tanga.

May susulat at ibubulong sa kinauukulan ang mga gunggong na may sanhi; itataboy at 'di pakikinggan.

May magbubunyag at isisiwalat ang dahilan ng mga halas; na mangmang lang naman ang nakamalas.

May boluntaryong iaabot ang medisinang paunang lunas ngunit isinantabi lang ito at ikinubli.

Manhid. Bingi. Imbalido. Baog.
Hanggang kailan dadalhin ang sugat? Sugat na namumutiktik na ang langib sa mahabang panahong walang nagmamalasakit.

Hanggang kailan mananatili ang sugat? Sugat na nawalan na ng kakayahang paghilomin ang sarili.

Hanggang kailan nakalantad ang sugat? Sugat na nakakadiri at wala ng pinagkaiba sa nabubulok na patay na hayop na nakakasulasok.

Silang mga may awa umano pero umaayuda sa pagdatal ng sakit.

Silang maasahan daw sa oras ng pangangailangan ngunit nagmamaang-maangan sa tuwing lalapitan ng awa.

Silang palaging may ngiti sa mga labi subalit daig pa ang unos sa pagiging madamot at masungit.

Silang nagsipag-aral kung papaano ang gumamot pero mas ninais magtanga-tangahan at nawiling sa kalokohan ginagamit ang napag-dalubhasaan.

Silang talos at nakikita ang kamalian pero ninais na pumikit at magbulag-bulagan at kalauna'y lalahok na rin sa kagaguhan.

Sila na kumakangkang tuwing ikatlong taon ngunit imbalido sa buongpanahon. Ilustradong maituturing datapwa't sa estupido maihahambing.

Tayo.
Tayong nakamasid lang ang kayang gawin. Sa paghimod ng mga tarantado habang umaayuda sa hapding nararamdaman. Iiling at mapapamura ng kung ilang beses. Mga lunatikong 'di na tumulong paismid pang nilura ang kanilang nakahihindik na kamandag. Kahabag-habag.

Tayo.

Tayo na pimagmumukhang tanga at bobo. Umaasa sa wala naman.Nagrebelde, naghuramentado, naulol, kaunti na lang ay magbibigti na sa kawalan nang pag-asa; ayaw mamasdan ang pag-baon ng panibagong punyal na kanilang itatarak sa mala-kanser na sugat.

May tuluyang lilisan at 'di na iibiging bumalik. Ayaw nang mamasid ang kalbaryo at paghihirap na dinaranas ng sugat na ang pag-asang maghilom ay halos patungo na sa pagkahulagpos. Galit na ituturan: Sabay-sabay na kayong magpatiwakal!

Daang-milyon pero halos walang bilang. Bilyong dolyar pero halos walang kwenta. Dating henyong iskolar pero walang pakinabang. Lider-lideran pero walang matinong alam, walang silbi. 'Tangna! Pakiusap...gamutin niyo na kami! Hindi na namin kaya.

Sino ka? Sino sila?

Mga naglilingkod na walang pakialam at hindi ito alintana, batid ng sugatan ngunit patuloy pa sa pag-unday sa sakit na nararamdaman.Walang puso. Walang kaluluwa. Harapan nang ninanakawan dapwa ang nais pa'y hubdan; maalis ang lahat ng saplot sa katawan hanggang sa maubos na kahit ang kapiranggot na kahihiyan. Ano pa ba ang kailangang nais? Hindi na nakontento sa nilikha nilang sugat nagpiga pa ng kalamansi na nagpadagdag sa sakit at hapdi.

Kahabag-habag na Pilipinas, sino ang lulunas sa lumalaki at lumalala mong mga sugat?

Umiiyak ang Pilipino, umiiyak ang Pilipinas, umiiyak ang langit.

7

Bakit Wala Kang Pera?

"Bakit ba wala kang pera?"

Isang tanong na hindi madaling sagutin o kung masasagot man malamang na mabigyang katwiran ang maling nagawa dahil sa madaling pagkaubos ng pera. *May trabaho naman pero laging kapos sa pera at sa pagsapit ng araw ng sweldo ang perang pinagpaguran ay sakto lang at mas madalas pa na kulang.* Habang lumalaki ang sweldo lumalaki ang gastos, malamang tama ito dahil ang pangangailangan at kagustuhan ay tumataas din na sunod sa pag-angat ng antas ng pamumuhay ng tao. Pero hindi sana maging hadlang ito upang basta na lang gumastos at sana'y masulit natin ang bawat pisong pumapasok sa'ting bulsa. Hindi madaling kumita ng pera pero marami pa ring tao ang nakapagtatakang walang pakialam kung paano nila gastusin ang kanilang pera, tila hindi nanghihinayang kahit na wala namang kabuluhan ang binili o pinag-gamitan ng pera.

Kung minsan sa pagnanais natin na mapunan ang ating mga kagustuhan, nasasakripisyo ang ating tunay na pangangailangan. *Tila mas matimbang pa nga yata ang kagustuhan kaysa pangangailangan.* Hindi madaling umiwas sa gastos lalo't ang isip natin ay patuloy na tinatakaw ng iba't ibang modernong materyal na bagay at sa huli na natin mararamdaman na nahihirapan na tayong kumawala sa ating gastusin. Kung ang tanging inaasahan ay ang sweldo lang dapat na gastusin ito sa tamang paraan dahil kung hindi sigurado na ang lahat ng iyong pinagpaguran ng buong araw o ng buong buwan ay ilalaan lang natin sa ating pagkakautang. *Ang Pilipinas ganundin ang indibidwal na Pilipino ay 'di maitatangging palautang*. Ang Pilipinas ay may pagkakautang na higit sa 80 bilyong dolyares at ang mga Pilipino ay may bilyon ding pagkakautang sa iba't ibang mga bangko; credit cards, housing loans, car loans at iba pang personal na pangangailangan.

'Pag ang mga financial institution ang tatanungin, may kabutihang dulot ang utang; sa bansa at sa mismong taong may pagkakautang sa bangko. Itinataas nito ang credit reputation ng isang bansa o tao. Isang ironic na 'pag may record kang pagkakautang sa bangko at ikaw ay patuloy na nagbabayad sa kanila prinsipal man ito o interes lang ibig sabihin nito'y may magandang reputasyon ka sa kanila. Ngunit sa sandaling pumalya ka ng ilang beses asahan mo ang patong-patong na penalties, interest, surcharges at kung ano-ano pang charges na kahit sinong magaling sa arithmetic ay hirap makuha kung paano nag-arrive sa ganoong kwenta. Dito mag-uumpisa ang masalimuot na kwento ng iyong ng buhay-pinansiyal. Mga collecting agents na halos pagbantaan na ang iyong buhay, mga nakakayamot na tawag sa dis-oras ng gabi, mga pang-aabala kahit nasaan ka pa at mga katakot-takot na istratihiya ng pamamahiya.

'Di maikakaila na makapangyarihan ang pera. Lahat tayo ay nangangailangan nito, walang hindi. At sa labis na pangangailangan nito ng mga tao ang halos lahat ng ads, komersiyo o negosyo ay pinupuntirya ang ating pinagkakakitaang pera. Sari-saring patalastas na pang-engganyo sa atin upang

bumili ng ganito, ng ganoon, magpunta sa ganitong lugar o gumimik ka dito o magsaya ka doon. Walang masama dito, ang nagiging problema ay sa labis na paggasta ng kung ano-ano at kung saan-saan, naaapektuhan ang maraming bagay; trabaho, kaibigan, pamilya at ang sariling isipan. Napakahirap solusyunan ang lumaking problema na pwede naman sanang maremedyuhan noong maliit pa at ang nakakabahala at pinakamalala; ang dumating sa puntong hindi mo pa isinusweldo ay ibinabayad mo na sa iyong pagkakautang! Ngunit ano-ano ba ang dahilan bakit lagi tayong walang pera? Heto ang ilan sa mga obserbasyon na nais kong ibahagi.

Mabisyo – Ano man ang estado sa buhay ay may bisyong tangan-tangan. Maging mahirap o ubod ng yaman; maging construction worker man o manager ng korporasyon ay may bisyo; sigarilyo man ito o alak. Ang mga nakakaangat sa buhay ay kadalasang magpupunta sa mga gimikan gagastos ng libo-libo at magsasaya ng walang humpay habang ang hindi gaanong malaki ang kita ay kuntento nang maguumpukan sa kanto; may maliit na lamesa, tig-iisang upuan at mag-uumpisa sa isang boteng tagay. Kakambal ng inuman ay ang pagyoyosi; gagastos ng higit sa isang kaha ng sigarilyo sa bawat araw na katumbas ng higit sa P14,000 sa isang taon, kung tutuusin. *Hindi gaanong iindahin ang gastos sa umpisa pero kung iisiping mabuti malaki-laki rin pala ang perang napupunta at nasasayang sa bisyo.* Isang kakatwa na kung sino pa ang hindi gaanong malaki ang kita ay iyon pa ang kadalasang may bisyo ng pagsusugal; saan mang mayroong saklaan, sabong, karera ng kabayo (legal man o ilegal), video karera o simpleng paglalaro ng tong-its ay dagsa ang ating kababayan. Marami ang naghirap at nakalulungkot malaman na naubusan ng pera dahil dito; silang mga iginupo ng pagiging talamak sa bisyo, mga malalaking personalidad o pangkaraniwang mamamayan na nahumaling sa sobrang bisyo ng alak, droga at sugal. Hindi maitatangging isa ito sa dahilan kung bakit laging walang pera ang mga Pilipino.

Hindi masama ang magsaya at gumimik pero ano mang labis ay masama, masama sa bulsa.

Paggasta ng labis sa kakayahan – Kung hindi mo kokontrolin ang sarili mo malamang na mapabilang ka dito. Ang paggasta ng labis sa kakayahan ng iyong kinikita ay maaring ihalintulad sa bahala-na-bukas attitude nating mga Pinoy. Gasta ng gasta dahil laging may inaasahang sweldo; gamit ang credit card na sasamantalahin ang zero interest daw na 12 months installment. Kahit pwede pa ang dating gamit (celphone man o hindi) ay maggigive-in sa temptasyon na dulot ng modernong features ng isang kagamitan. Kung pakikinggan parang napaka-iksi lang ng labingdalawang buwan pero kung aktwal mo na itong binabayaran doon mo mararamdaman na matagal pala ito dahil sa laki ng nababawas sa 'yong sahod. Nag-uumpisa ito sa maliit na dalawang libong pisong pagkakautang hanggang sa bigla na lang ito lolobo sa nakakalulang halaga. *Matutong magtiis at tikisin ang sarili kung hindi pa kaya ng iyong bulsa; sakaling makaipon at makaluwag ay saka na bilhin ang nais na gamit.* Magpakahinahon kung hindi mo kayang sabayan ang ibang may sapat na kakayahang bumili ng magagarang gamit. **Ang taong humuhusga ayon sa iyong mga posesyon ay may mababaw na pananaw sa buhay.**

Walang pagpaplano – Lahat tayo ay may pangarap sa buhay at ang isang pangarap ay nagsisimula sa isang plano. Kung hindi ka bubuo ng isang plano, magiging walang kabuluhan ang iyong pinagkakakitaan, mapupunta lang ito sa walang kapararakang bagay. Ang pagtatapos ng kolehiyo ay nagsisimula sa isang baitang. Kung gasta ka ng gasta at ang nakikinabang ay malalapit mong kabarkada o ilang kakilala o kaanak na oportunista magiging mabait sila sa'yo pero sana sa sandaling ikaw naman ang nangailangan sana'y makasama at makatulong din sila sa'yo. *Marami ang gusto ka lang makasama dahil lang sa benepisyong hatid mo sa kanila pero marami na ang* *nakapagpatunay na sa panahon ng kagipitan unti-unting mawawala ang sinasabi mong kaibigan.*Mag-umpisang gumawa ng plano; Dapat ba ang paggastos o luho lang? Ano ba ang gusto mong makamit? Ano ba ang gusto mong bilhin? Kailangan mo ba talaga ito? Kaya ba ito ng sweldo mo ngayon? Maapektuhan ba ang iba pang mga gastusin? Magmula dito ay umpisang mithiin ang plano at abutin ng paunti-unti at mararamdaman mong mas masarap ang isang bagay na pinagsumikapan at pinagtiyagaan kaysa sa biglaan lang. Kadalasan sa pagpaplano mong ito mahihiwalay mo ang mga bagay na may halaga at ang mga bagay na walang kwenta.

Sobrang paggastos – Marami ang nakakalimot na tayong mga Pilipino ay labis ang paggastos. Bibili ng bagong bag kahit na marami pang bag ang nakatambak lang at hindi nagagamit sa cabinet, sobrang dami ng sapatos na ang iba'y nabubulok na sa tagal ng pagkakatengga, bibili ng branded na mga damit para lang makaporma kahit na alam niyang may mga matitino at murang damit na ibang produkto, tatlo o apat ang celphone na wala nang load ang iba sa dami, madalas na mag-upgrade ng mga gadget para lang makasabay sa uso. Kahit na kapos sa budget ay maghahanda ng sobra-sobra sa kung ano-anong okasyon; birthday, fiesta o kahit sa simpleng kantiyaw lang ng mga kaibigan. *Maging praktikal. Hindi natin kailangan ang labis-labis na sapatos, bag at kung ano pa at hindi natin obligasyon na magpakain at magpa-inom sa hindi natin kaanak hindi ka naman nila bibigyan ng pera kung ikaw ang nasa kagipitan.*Huwag magpadala sa kantiyaw okay lang na masabihan kang kuripot kaysa naman sundin ang nakagawian at uuwing walang maipakain sa pamilya.

Walang ipon – Ayon sa pag-aaral halos dalawa lang sa bawat ordinaryong Pilipino ang mas ninanais na mag-ipon kaysa gumastos. Marami ang magsasabing hindi niya kayang mag-ipon sa liit ng kanyang kinikita, maaring ito ay maganda at balidong katwiran pero ang pag-iipon ay walang itinatakdang halaga kung itatabi mo ang sampung porsyento o kung hindi kaya ay limang porsyento ng iyong kinita hindi mo namamalayan sa paglipas ng ilang taon malaki na ito. At 'pag malaki na ito mas lalo mong mapapahalagahan ang pera dahil ito'y iyong pinaghirapan at pinag-ipunan ng matagal at ikaw'y magdadalawang-isip na bilhin ang isang bagay na 'di gaanong mahalaga sa'yo. Nakakatawa na maraming tao ang may panggastos sa alak o sigarilyo pero hindi man lang makapagtabi ng kahit na magkano sa tuwing may sweldo. *Ang pag-iipon ay napakahalaga, dito natin kukunin ang dagliang pangangailangan sa panahong hindi mo inaaasahan.* Hindi madali ang mangutang sa kaibigan o kaanak kung may pangangailangan; una nakakahiya o ayaw mong mapahiya, pangalawa'y papasok sa isip mo na baka sila'y gipit din at ang kanilang ipapahiram ay maaring panggastos na nila. Sa panahong ito lahat ay nahihirapang kumita ng pera at hindi mo sila masisisi kung bakit hindi ka mapapahiram sa iyong pangangailangan. Mahal ang gamot, mahal ang magpa-ospital at hindi pwedeng ipambayad ang mamahalin mong mga kagamitan at nakakahiya ring malaman na baka mas mahal pa ang iyong mga gamit at kasangkapan kaysa sa mga gamit at kasangkapan nang hinihiraman mo ng pera. Tandaan, darating ang panahong ikaw ay may kagyat na pangangailangan sa pera at kung wala kang ipon ang tanging magagawa mo lang ay ngumanga at dumiskarte sa pangungutang sa iba. At hindi lang naman ikaw ang makikinabang sa pag-iipong gagawin mo kundi ang sarili mong pamilya.

Hindi nagtitipid – Mga pangkaraniwang bagay na hindi natin gaanong napapansin pero ang resulta'y maganda kung iyong susuriin. Hindi naman tayo magmamadamot kung ang pagtitipid ay dapat lang. Ang karaniwang bahay ay may higit sa isang telebisyon pero madalas iisa lang naman ang programang pinapanood, mga ilaw na nakatiwangwang kahit na walang gumagamit, mga tira o sobrang ulam/kanin na nasasayang lang, mga bagay na nakaimbak lang sa taguan kahit na pwedeng mapakinabangan ng iba at ibenta para maging pera. Hindi rin nakatutulong sa pagtitipid ang labis na panonood ng telebisyon; ang oras na dapat sana'y ipinapahinga na at itinutulog na ng katawan ay inaagaw pa ng panonood ng paulit-ulit na tema ng programa. Kung hindi man mapigilan sana man lang ay mabawasan ang pagkonsumo ng higit isandaang pisong kape o ang pagkain ng madalas sa mga fast food chain, makabubuting magbaon ng pananghalian at 'wag itong ikahiya kung nais mo talagang magtipid (kung ikaw ay nag-oopisina); ang halaga ng isang tasang kape o ng isang meal sa fast food chain ay katumbas na ng presyo ng isang kilong manok, kung susumahin.

Katamaran -At ang pinakamalalang kadahilanan kung bakit walang pera ay ang katamaran. Mga umaasa sa bigay o iaabot ng ibang tao kahit na balido ang katawan sa pagtatrabaho. Mga may sarili ng pamilya pero nakapisan pa rin sa mga magulang. Ayaw tumanggap ng trabaho dahil sa pride o dahil hindi angkop sa kanyang edukasyon. Mayroon ding sa tagal ng panahon ay nasanay ng nakadepende sa kamag-anakang nasa abroad kahit na mas malakas pa sa kalabaw ang katawan. Ang pagmamahal sa pamilya ay hindi natatapos sa pagsasabing mahal kita kaakibat nito ang pagiging responsable; maibigay ang kanilang pangangailangan at hindi ikaw ang maghihintay sa biyaya. *Masakit kung sasabihin na walang puwang sa mundo ang mga taong tamad. Kahit ang mga pinakamayayamang tao sa daigdig ay naghahanap-buhay.* Si Manny Pacquiao ay naging isa munang kargador bago naging bilyonaryo, si Henry Sy ay may maliit na pwesto lang na tindahan sa Carriedo bago naging matagumpay na negosyante. Hindi naman natin kailangang maging milyonaryo o bilyonaryo para maging matagumpay sa buhay sapat nang tanggalin ang katamaran dahil ika nga lazy hands makes the man poor sa tagalog, hindi mo kasalanan na ipinanganak kang mahirap pero kasalanan mo kung mamamatay kang hindi nakaahon sa kahirapan.

Hindi madali ang buhay pero minsan tayo rin mismo ang nagiging dahilan upang hindi ito maging madali. At nagiging komplikado ang isang bagay dahil sa isang maling desisyon. Kung uugatin ang mga kasagutan (maliban sa katamaran) sa tanong na bakit wala kang pera? Ang komprehensibong sagot dito ay ang **hindi matalinong paggamit dito**. Kung hindi tutulungan ang sarili o magiging marupok sa desisyon nang paggasta malamang na mapabilang ka sa mga taong laging walang pera. Huwag maging biktima ng sariling pagkakamali na maglalagay sa'yo sa isang alanganing sitwasyon; sitwasyong magpapagipit at magpapalala sa dating maliit lang na suliranin na kalauna'y magiging napakahirap na resolbahin. Magpasalamat sa bawat biyayang dumadating sa buhay, makuntento kung ano ang mayroon at 'wag hanapin ang hindi pa napapasakamay. Hindi lang pera ang nagpapaligaya sa tao pero maraming desisyon sa buhay ang nakasalalay sa pera. Huwag maging ubos-biyaya na kapagkuwa'y nakanganga at nakatunganga kang magmumukmok sa tabi. Maging matalino, maging mautak sa paggasta ng pera.

Pahabol: At kung sakaling ikaw ay makaangat sa buhay at hindi mo na gaanong problema ang pera o kung ikaw ay may pagkakataon sana magbigay ka rin sa iba; doon sa totoong nangangailangan nang kalinga.

8

"Tao"

Walang perpekto.

Ang lahat ay nakatakdang magkasala. Madalas nating sabihing tayo'y **"tao lang"** sa nagawang pagkakasala, dahil sa pagiging mahina, sa taglay na karupukan. *Nagiging katwiran at katarungan na rin ito sa iilan upang patuloy na gawin ang parehong pagkakamali, parehong pagkakasala.* Tayo'y bulag, bingi, pipi at manhid sa damdamin ng nakararami, sa mundong ating ginagalawan at 'di natin batid na kabilang na rin tayo sa kanila. Kawalan ng pag-asa sa mga nalulunod sa kapangyarihan. Kawalan ng kapalaran sa mga 'di nabibiyayaan. *Tao.*

Pinipilit na panatilihin ang kapanatagan ngunit 'di kayang supilin ang simpleng udyok lang. Sinusubok na magpakahinahon ngunit ang kapalalua'y 'di sadyang lumulutang. Minsanang magpapamalas ng pagtitiwala ngunit ang pagkainggit ay sumisilip ng madalas. Nagsasabi ng angking katapatan ngunit ang kasinungalinga'y pilit pa ring lumalabas.

Batid ang tama sa kamalian subalit mas madalas ang nagagawang pagkakamali. Batid ang mabuti sa kasamaan subalit hinahayaan ang sarili sa kasalanan.

Talos nang ang mapanghusga'y hindi mainam datapwat namimintas pa rin sa ngalan ng mapagkunwaring ngiti. Sinusubok na pinakikita ang nakakubling kayumian ngunit ang kahambuga'y 'di maaaring sumipi. Madalas ninanais na maging mapag-isa dapwa ito'y senyal ng pagiging makasarili. Papakaying maging palakaibigan kahit batid nang hindi ito ang kanyang sarili.

Nakangiti upang ikubli ang pagkamuhi. Nagbibiro upang itago ang pagkayamot.

'Di kagustuhan ang anumang uri ng galit bagaman parati lang na umaasa. Natatanaw nila'y kagandahan dapatwa't kaiba ang siyang nabibista. Tanto nang marami ang siyang nauuna ngunit ninanais pa rin ang maka-isa. Alam nang may tangan ang nakasahod na palad ngunit ninanais ay karagdagan pa.

Inaapuhap ang mailap na pang-uunawa; bagkus ang natagpua'y dalamhati. Sinisipat ang nakatagong kabaitan; bagkus sumasalubong ay balakid.

Kung pagkabagot ay isang kasalanan karapat-dapat lang na mahatulan. Kung pagkabugnot ay isang krimen marami na ang tumimbuwang. Kung pagmumura'y isang karamdaman malamang na nasa banig na ng kamatayan. Kung pagtitig ay nakadudungis ng kapwa marami na ang nalunod sa putikan.

Sinusubukan ang katapatan kahit lumalabas sa bibig ay kabulaanan. May sapat na pinag-aralan ngunit marumi ang kaisipan.

May iilang napagtagumpayan datapwa't walang kakuntentuhan. Minsanang nagbibigay papuri ngunit sinisipat ang katiting na kadumihan. Binubusog ang sarili ng biyayang nakamit gayong nararamdama'y kabahalaan. May tiwala at katapatang hinahain subalit ipinagkanulo ng sariling kapasyahan.

Pilit na inuunawa at kinakalinga ang suliranin; madalas na bunga'y kapahamakan. Binabahagi ang pangangalaga't pagmamahal; may nararamdamang pagkukulang.

Minsa'y nag-aabot ng tulong subalit nagkukumahog naman sa kung anong kapalit. May pag-galang at paghanga ngunit pagsalungat ay 'di maalis sa isip. Pilit na inuunawa ang may masamang pag-iisip itinatanong naman kung siya'y isa nang kabilang. Humihingi, nagdarasal ng kapatawaran ngunit ang temptasyon ay 'di kayang pigilan.

Daig ang manunulat na dalubhasang gumagawa ng imbentong kwento. Daig ang isang guro na mapanglinlang at ipinagyayabang ang lahat ng nalalaman. Daig ang pastor na sermon at pangaral ang laging pabaon. Mangmang sa maraming bagay ngunit alam daw lahat ng direksyon.

Humihingi ng kapatawaran sa lahat ng kasalanan. Upang maibsan ang suliranin at kahirapan. Ngunit...Nararapat ba sa kapatawaran? Nararapat ba sa kabiyayaan? Ngayo'y ...nagsusumamo, tumatangis, lumuluha. Ang sulirani'y malulutas, pagdurusa'y kakalma. Bukas...susuway sa pangako, babasag sa panata. Tulad ng dati, tulad ng nakaraan; muling gagawa ng pagkakasala.

9

Salamin

Pilit mo mang alisin ang duming nakadikit sa iyong balat ay 'di mo na ito maalis. Paulit-ulit mo man itong hugasan at linisin gamit ang dalisay na daloy ng tubig hindi mo na maikukubli ang dungis na nakakapit sa iyong katawan; balutin mo man ito iba't-ibang mga kasuotan , humahalimuyak na mga pabango o kumikinang na mga alahas. Kahit ang iyong ngiti ngayo'y nagpupumilit; ikaw'y nakatawa ngunit 'di lubos ang ligaya, nakangiti ngunit hindi masaya, tila balakid na ang lahat ng bagay sa iyong tunay na kasiyahan. Batid man ng marami na nakamit mo na ang rurok ng iyong tagumpay pero tila palamuti na lang ang lahat ng iyong materyal na bagay. Ano ba ang silbi ng iyong mga modelong sasakyan kung wala ka nang patutunguhan? Ano ba ang gamit ng mamahalin mong kasangkapan kung wala naman itong halaga? Para saan ba ang nakakalulang halaga ng iyong mga sisidlan kung puno lang ito ng kalungkutan? Saan mo ba gagamitin ang iyong mga salaping 'di na mabilang kung wala ka nang nais na bilhin? Aanhin mo ba ang iyong silid na kay lawak at kamang kay lambot kung 'di na mahimbing ang iyong tulog? Mayroon kang mga masusustansya at masasarap na pagkain sa hapag-kainan pero nakapagtatakang 'di ka man lang nabubusog.

Mayroon kang malapalasyong bahay subalit kasakiman at kalungkutan lang ang doo'y nakatahan.

Hindi mo na ba maharap ang iyong sarili? Walang lamat ang iyong salamin pero puno ng lamat ang iyong pagkatao. Wala rin itong bahid pero taliwas naman ito sa iyong katauhan. Natatakot ka na ba na harapin ang iyong repleksyon? O nahihiya ka sa iyong sarili? Pangarap mo noong yumaman at mabili ang lahat ng kagustuhan. Ngayong ikaw ay higit pa sa mayaman, nakahiga sa karangyaan at lahat ng ibigin ay nakukuha pero tila lahat ito ay kulang pa. Wala ka bang kabusugan? Wala ka bang kakuntentuhan? Wala ka bang kasiyahan? Batid mong marami ang nagugutom kaya ba binubusog mo sila ng kasinungalingan? Batid mong marami ang nagdarahop kaya ba pinapayaman mo sila sa utang? Batid mong marami ang walang tirahan kaya ba pighati ang nagsilbi nilang tahanan? Batid mong marami ang may karamdaman kaya ba malusog sila ngayon sa katiwalian? Batid mong maraming biktima ng kalamidad kaya ba ikaw ay nakikidalamhati at nakikihati?

Isa kang taong may pinag-aralan pero daig mo pa ang isang mangmang. Sayang ang iyong talino dahil hindi mo ito ginamit sa matino at progresibo. Dalubhasa ka na sa lahat ng larangan at ang paglulubid ng kasinungalingan ay ginagawa mong libangan. Sa tuwing haharapin mo ang salamin kinukumbinsi mo ang iyong sarili na ikaw ay mabuti at hindi tiwali gayong alam ng lahat ang rungis ng iyong pagkatao. Ikaw, kasama ng mga taong may parehong layunin at sapul ng iyong mga alipores na tagapagtanggol ay sama-samang itinatatwa ang mga paratang at taas-noo pang ipinamumukha at pinangangalandakan ang "buti" mo sa lipunan at ang mga "nagawa" sa ating Inang-bayan. Tila hindi na rin epektibo ang pagpapanggap mong ikaw ay may malubhang karamdaman dahil tingin ng marami sa iyo'y para kang pusakal at mapanganib na holdaper na pumupusturang isang pulubing nagsusumamo ng awa.

Kung makapagsasalita lamang ang winawaksi mong salamin marahil na mamuhi rin siya sa'yo, iuusal nya na ang repleksyong kanyang nakikita ay iba kaysa sa'yong itsura wangis mo ngayo'y halimaw na handang lamunin ang mahihinang iyong binibiktima.

Mayaman ka na. Ano pa ba ang dapat mong asamin? Hindi pa ba sapat ang milyon-milyong iyong kinulimbat sa kaban ng bayan? Nagpakasasa at nagamit mo na ang salaping ito upang hamunin ang talino ng mga tao pero sino ba ngayon ang umaastang bobo?

Makapangyarihan ka na. Ano pa ba ang nais mong kamitin? Hindi pa ba sapat na patuloy at paulit-ulit mong halayin ang batas at katatungan? Naabuso at pinaglaruan mo na ang kapangyarihang ito upang kumawala at makapiglas sa tanikala ng iyong mga kasalanan pero sino ba ngayon ang nagmistulang alipin?

Hindi mo na rin alintana ang salitang dignidad dahil mas ninais mong maging may akda ng isang libro nang kasinungalingan sa halip na magsulat at magsiwalat ng isang pahina nang katotohanan; Na lahat nang namumutawi sa iyong bibig ay pulos taliwas sa totoo at kahit tama na ang iyong sinasambit ay wala na rin itong ipinagkaiba sa mali at kasinungalingan.

Hindi mo man kami kami mapaniwala at makumbinsi na katotohanan ang iyong sinasabi hindi ka rin naman maihatid sa likod ng piitan gayong ang katibayan ay nasa aming harapan lamang. Marahil ang katibayang ito ay nababalutan ng gayuma ng iyong salapi at ang mga nararapat na umusig sa iyo ay kusang-loob na pinagtatakpan ang lahat ng iyong kabuktutan dahil mas madalas sa minsan na nangingibabaw ang kamalian kaysa katotohanan. At dahil din ito sa mga kasapakat na opisyales ng bayan na mas pinili ang sandaling karangyaan kaysa habangbuhay na katiwasayan; mga taong ipinagpapalit ang buong pangalan at karangalan sa piraso ng kayamanan, mga taong patuloy na nabulag sa katotohanan dahil sa salaping nakapiring sa kanilang mga mata.

Mga kapwa mong hindi na rin makatingin sa salamin. Mga taong takot na humarap sa katotohanan, mga taong hindi makamasid ng sariling repleksyon dahil sa minumultong mga isipan. Sino na ngayon ang aming tatakbuhan kung ilalapit namin ay pangangailangan? Sino na ngayon ang aming tatawagan kung isisigaw namin ay katarungan? Sino na ngayon ang aming kapanalig sa digmaan laban sa katiwalian? Ito ba ang nararapat sa amin? Ano ba ang dapat naming asahan sa mga taong tumatangging humarap sa salamin? Mga taong sa halip na linisin ang sarili'y mas minarapat na basagin ang salamin upang hindi na nila kailanman makita pa ang dungis at putik ng kanilang pagkatao.

10

Hoy! Ikaw ba 'to? Mga kaugaliang Pinoy na dapat nang baguhin

Sa pagpapalit ng bagong pangulo ng bansa marami ang umaasa ng pagbabago; pagbabago sa sistema ng gobyerno, sa ating pamumuhay, sa ekonomiya at sa marami pang iba. Nabuhay na muli ang pag-asa ng mga Pilipino na matagal ding natulog at naudlot. Ang penomenal na pag-upo ng bagong pangulo ay nagdulot sa Pilipino ng kakaibang damdamin patungkol sa bago at mabuting Pilipinas na hindi natin naramdaman sa mga nakalipas na namumuno. Ngunit ano ba ang pwede nating gawin para makasabay sa pagbabagong nais natin? Ano nga ba ang ugaling Pinoy na dapat nang baguhin?

Ilan sa mga nakasaad dito ay malamang na likas na ugali mo o maaring nagawa mo na ng hindi mo sinasadaya o namamalayan. Hindi ito maiiwasan dahil ang ilan dito ay sadyang nasa dugo na ng Pinoy. Maaari ding marami sa kaugaliang ito ay isa sa mga dahilan kung bakit tayong mga Pinoy ay hirap na umasenso gayun din ang bansang Pilipinas. Siguro kung mababago natin ang kaugaliang ito malaki ang possibility na magbago rin ang kalagayan ng bansang Pilipinas. Read on.

Colonial Mentality – May pag-asa pa naman siguro na matanggal sa'tin ang kaugaliang ito. Ito yung ugali natin na kapag sinabing imported ay maganda ang quality. Mayroon din naman tayong mga sariling mga produkto na matino din naman pero mas ma-appeal talaga 'pag sa ibang bansa ang produktong gamit mo. Bukod sa piracy, heto rin yata ay isa sa mga dahilan kung bakit lugmok ang Industiya ng Pelikula natin dahil sa mga high-tech Hollywood Movies, ganun din ang ating Music Industry hanggang ngayon hindi ko lubos maisip kung bakit sumikat sa Pilipinas ang mga grupo ng K-Pop. D'yan naiiba ang mga Hapon at Koreano, maunlad ang bansa nila dahil ang kanilang mga leader nila ay may drive & initiative to promote and use their local products. Ang mga brand na Samsung, LG, Sony, Mitsubishi, etc. ay Korean/Japan products na lubos na tinatangkilik ng kanilang mamamayan compared to its imported competitors. Kaya pati mga teleserye natin ngayon ay base sa mga korean novela or latino drama, hindi ba natin kaya gumawa ng sariling istorya at kailangang i-adopt pa natin ang kanilang mga ideas? Ilan na ba sa'tin ang pumabor sa local na Myphone kaysa Nokia? Bibili ka ba ng Accel na sapatos kung meron namang Nike o Adidas? Mabuti na lamang at mayroon pa ring

mga local products/establishment na angat compared sa imported na competitor ilan dito ay; Bench, Jollibee, Greenwich, etc.

Crab Mentality – Matagal na nating problema 'to hindi ko alam kung anong nasyon ang nagdala sa'tin ng ugaling ito. Kawawa naman ang mga talangka at pati sila ay nadadamay sa hindi kagandahang term na 'to. Sa trabaho, sa showbiz, sa eskwela, sa abroad, sa kapit-bahay at kung saan-saan pa ay marami ang mga may utak-talangka. Sila ung mga taong hindi masaya kapag may nakikita silang ibang-tao na umaangat o umaasenso ang buhay, pilit nila itong gagawan ng kasiraan at hihilahin pababa kung hindi man nila mapigilan ang pag-asenso ng iba somehow nasira naman nila ang pagkatao nito. Kahit na walang sapat na basehan marami ding napapaniwala ang kasiraang ito dahil ang Pinoy mabilis mapaniwala sa "tsimis" at asahan mo kakalat ito ng parang virus. Isa lang naman ang dahilan nito: INGGIT. Sigurado ako ikaw mismo o kakilala mo ay nakaranas na ng ganitong treatment sa isang kapwa mo rin Pilipino.

Name dropping – a.k.a. as Padrino system. Kahit sa isang simpleng kwentuhan lang madalas mayroong magbibida at aangas na kakilala nya si ganito, si ganoon at tutulungan ka nito kung magkaroon ka ng problema. This "name-dropping" activities is over-used and abused by some na kahit isang simpleng traffic violation lang ay heneral pa ang tatawagan. Dapat ba na abusuhin mo ang isang batas dahil lang sa may kakilala kang maimpluwensyang tao? Bilang Pinoy, madalas din naman natin itong kinukunsinti at proud na proud pa tayo sa pagbu-broadcast na close kayo sa influential people na ito. Sino ang pipiliin mong Ninong sa kasal mo...family friend na isang hamak na matinong security guard? o ang niri-refer sa'yo na Corrupt na Mayor? Mag-iisip ka pa ba? Syempre si Mayor! kailangan pa bang i-memorize 'yan?

Judgmental – Filipinos are so judgmental, kahit na alam natin ang kasabihang: don't judge the book by its cover pilit pa rin nating hahanapan ng kapintasan ang isang taong wala namang ginagawang mali sa kanya. Hindi mo ba naranasang pintasan ang kinakainisan mong celebrity? Hindi ka ba nagtawa sa isang video sa youtube ng isang lalaki/babae na kumakanta ng wala sa tono o kung nasa tono naman ay hindi kagandahan ang itsura? At first glance, hindi mo ba naranasang magduda sa panlabas na anyo ng isang tao? Nasa isip pa rin natin na kapag charming o appealing ang isang tao ay mapagkakatiwalaan ito or the other way around. Ang panlalait, masama mang ugali ay kinagigiliwan na rin nating mga Pinoy kaya nga aliw na aliw tayo 'pag may nilalait na tao sa isang comedy bar o sa isang talent search. Patok ngayon ang panlalait kaya nga dumadami na ang mga comedy bars na ang tema ay mag-alipusta ng sinumang gustuhin nila lalo na yung sa tingin nila ay hindi mapipikon sa gagawin nila.

Short term memory – Hindi ko alam kung ugali nating ito ay considered na positive or negative traits. Anumang pagkakamali o kasalanan sa'tin ng isang tao sa isang mabilis na panahon madali rin itong nakakalimutan. Sa dami ng mga taong nag-alsa at nakipaglaban sa mga Marcoses noong EDSA 1, Ilang daang-libo ang nabiktima ng human rights violation noong batas-militar, Nasaan na ang mga Marcoses ngayon? Silang lahat na mga Marcoses na kumandidato ay nanalo at nasa posisyon ngayon. Senador, Kongresista at Gobernador. Sa pagkapanalo nila kalakip din nito ang paglimot at pagpatawad sa kanilang ginawa noong panahon ng Martial Law. I just can't imagine na si Satur Ocampo (victim of Martial Law) ay kasama sa tiket ni Manny Villar si Bongbong Marcos. Ilang military officer na rin ang nag-alsa laban sa gobyerno pero sa maikling panahon ay nalilimot agad natin ito at nahahalal pang senador. Another example is Erap Estrada. Despite being convicted to Plunder case which is just three years ago, still many Filipinos convinced that he is the rightful candidate to sit in the highest position of our country.

Hard Headed – Babala: Bawal magtapon ng basura. Pero anong nakikita natin? Isang tambak ng basura! No parking. Pero hindi nila napansin o nabasa dahil may mga naka-park pa rin. May overpass naman pero sa ilalim pa rin footbridge dumadaan! Dito lang yata sa'tin makikita na mayroong hawak na tali sa magkabilang-dulo ang Traffic Enforcers para hindi makatawid ang pedestrian. Minsang napunta ako sa isang bansa sa Asya, nakabibilib pagmasdan na ang mga Tsino ay sumusunod sa batas-trapiko, they give way to ambulance, stop on red lights, crossed only on deisgnated pedestrian crossing. Magmula sa malalaking mga personalidad hanggang sa pinakamaliliit na motorista, matitigas ang ulo ng Pinoy! Simpleng red light lang hindi masunod; tricycle drivers, pedicab drivers, single motorcycle drivers, jeepney drivers, at ang mga self-proclaimed exempted sa traffic violations na SUV drivers. Kung ano yung bawal yun ang gustong-gusto nating gawin. Ang pagiging astig ay dapat na sinasantabi na natin humihingi tayo ng pagbabago pero ang sarili natin pala ang dapat na baguhin. Kung ang isang baranggay chairman ay ubod na ng tigas ng ulo ano pa kaya ang mga higit na mataas ang posisyon sa gobyerno? Kung ano ang puno sya ang bunga, ika nga.

Lack of Discipline & Action – Dahil sa tayo'y only Christian country sa Asia, isa sa magandang kaugalian ng Pinoy ay ang pagiging madasalin, okay no question about that. Pero alam ba nila ang kasabihang "Nasa tao ang gawa nasa Diyos ang Awa"? Puro tayo paninisi sa gobyerno sa kalagayan ng buhay natin pero naitanong na ba natin kung ano na ang nagawa mo sa pamilya mo? Hirap na nga sa pang-araw araw eh hindi pa naisipang magplano ng pamilya, paano mo mapapakain/mapapa-aral ng matino ang isang pamilyang may lima o higit pang anak kung alam mo namang hindi regular ang trabaho mo. Ang kaunting kinikita ng ama na dapat sana'y pangkain na eh minsan napupunta pa sa bisyo! Sa hirap ng buhay marami ang nagri-resort sa madaling paraan ng paglago ng pera o pag-asenso nariyan ang: huweteng, tong-its, sakla, ending at syempre ang napakahirap tamaan na Lotto. Madalas naman pag-uwi sa bahay, TALO madadagdagan ang utang at syempre damay ang anak sa init ng kanilang ulo.

Ningas Cogon attitude – Fyi ang cogon ay isang uri ng damo na madaling sumiklab ngunit madali ring mamatay. Ganito rin ang nakasanayan nating ugali. Napakagaling at napakasipag natin sa mga uumpisahang mga gawain pero later on sasawaan din natin ito at madalas hindi natatapos o matapos man ay pilit ang pagkakagawa. Young politicians are just like this, they are campaining for a change, they are the new hopes for a new generation pero kapag nilamon na sila ng sistema at nag-give in na sa temptations lahat ng magandang pinangarap nya sa kanyang nasasakupan ay mababaon na sa limot. Bakit nga ba napakahirap para sa'tin matanggal ang ugaling ito? Hindi ba natin kayang tapusin nang maayos ang isang naumpisahang maayos? Ang sipag-sipag na gibain ang mga kalsada pero taon na ang nakalipas hindi pa rin natatapos. Estudyanteng ubod ng saya dahil nakapag-enroll sa nagustuhang course pero 2nd year lang hindi pa natapos. Ang campaign against "wang-wang", blinkers at iba pang pagaabuso sa kalsada ay isa napakagandang programa na sana lang ay hindi rin maging ningas-cogon.

Opportunist – This is like a "beggar mentality". Sa isang relief goods operation, gift giving activities or any activities na maraming magbebenipisyo na mga tao. Asahan mo marami dito ang magti-take advantage sa mga pinamimigay na ito either mahigit sa 2 myembro sa pamilya ang pinapipila or 2 beses silang pipila. Marami sa mga kalalakihan dito ang napakalalakas naman ng katawan pero mas gugustuhin pa ang manghingi para may "pang-inom". Mahilig kasi tayo sa libre. Opportunists also have an attitude like: "kawawa naman ako kaya pagbigyan nyo na ako" or "para sa pamilya ko ang ginawa kong krimen kasi may sakit ang anak/nanay/asawa ko" ('pag napatawad, uulitin nya ulit ito). To hell with these reasons! Opportunist has many faces we don't even know kakilala pala natin sila. Utang ng utang hindi naman marunong magbayad at ang hiniram na pera sa bisyo lang napunta! Once na napagbigyan mo sigurado may kasunod pa 'yan. Binigay mo na ang kanang kamay mo gusto pa kunin ang kaliwa. Hingi ng hingi ayaw naman mahingan! Sa ending…ikaw pa rin ang masama.

Racist – Akala natin mga "Puti" lang ang racist pero hindi natin alam nagiging extreme na rin ang pagiging Racist natin even sa kapwa natin Pinoy. In particular, they think dark skin is ugly and light skin is beautiful. In our entertainment industry, halos lahat mapuputi and dark skinned has a limited room for this industry. At pag di magaling mag-English mababa ang tingin nila.

Kelangan ko bang laging humingi ng pasensya dahil public school lang ako? Ilan na ba ang nagtawa sa diction and pronunciation ni Manny Pacquiao? Ilan na ba ang nagtawa sa mga kababayan nating mga aeta? Ilan na ba ang nag-discriminate sa mga bading at tomboy? Ilan na ba ang nagtawa sa kapansanan ng iba? "Panget", "napakaitim niya!" "mukhang katulong!" horrible words na walang takot na binibigkas para lang makapagpatawa. Hindi ba racist ang tawag dito?

Manaña Habit – This is the reason why do many Filipinos cramming on the last minute. BIR payments, appointments, school projects & schedule, etc. Gustong-gusto nating mag-i-extend ng 5 minutes (na nauuwi sa 10 or 20 mins) sa 'ting pagtulog kaya ang resulta ay late sa mga natanguhang mga schedule, sa dami ng traffic sa Kamaynilaan we should be always ahead of our time. This is why Filipino Time is synonymous to UNPUNCTUAL. Same with other commitments 'pag alam nating mahaba at matagal pa ang deadline hindi pa natin 'yan gagawin at aasikasuhin when the time comes na deadline is so near 'dun pa lang gagawin ang dapat na noong araw pa dapat ginawa. Kung kailan matatapos na ang contract 'saka pa lang din bibilisan ang trabaho.

Corrupt mind – Any people apprehended by any police or traffic enforcer on whatever case or violation we always have a mentality that we can always arranged this thru bribe money! Corrupt ang official corrupt din ang violator. Kung wala kang padrino as i've mentioned in #3 you can always call on "Manuel Roxas" or "Ninoy Aquino". Bakit ba hindi natin kayang i-surrender ang lisensya natin sa pulis o sa MMDA? Sa government offices ay ganun din, gov't officials almost always waiting for "padulas" to make your paperworks facilitate easily. Bakit ba dumadami ang fixers sa LTO, DFA, Registry of Deeds, etc.? Kasi tinatangkilik sila ng mga Pinoy at maraming mga Pinoy ang ayaw dumaan sa tamang proseso. Matagal, oo. Pero masarap ang pakiramdam nang natapos ka hindi dahil sa iyong pera kundi dahil pumila ka at dumaan ka sa proseso. Paano na lang ang maraming nakapila na walang pampadulas? They are waiting for hours at malalaman na lang nila na marami na ang nakauna sa kanila dahil ang kawawang pobre walang pera na panuhol sa corrupt employees. Life is unfair kaya 'wag na nating gawing "unfairest".

11
Pagod ka na ba maging Pilipino?

Hindi ako galit sa mundo at lalong hindi ako galit sa Pilipinas. Mahal ko pa rin ang bansang Pilipinas pero katulad mo ako rin ay naghahanap, nagtatanong at nangangarap na umangat at umunlad kahit na kaunti ang kabuhayan ng Pilipinas at ng Pilipino. Pag-unlad na hindi lang sa press release kundi pag-unlad na nararamdaman, nakikita at nari-realize talaga ng mga Pilipino. Hindi ko pinapangarap na umunlad ang Pilipinas ng madalian, hinihiling ko lang na wala na sanang pumapatay, napapatay at nagpapakamatay dahilan sa kawalan ng makain. Ang Pilipinas ay isang bansang agrikultural pero ilang milyong Pilipino ang dumaranas ng gutom sa ngayon?

Mahigit isang-daang taon na mula ng iwagayway ang watawat na simbolo ng kalayaan. Ilang milyong Pilipino ang nagbuwis ng buhay para magkaroon tayo ng tinatawag na kasarinlan? Ilang milyong aktibista, rebelde o simpleng tao na rin ang nangarap sa pagbabago? Kastila, Amerikano at Hapon, mga bansang sumakop sa 'tin. Sa nakalipas na ilang dekada, nasaan na ang bansang Espanya, Amerika at Hapon? Sila'y mga mayayamang bansa na tinitingala, hinahangaan ng mga bansang mahihirap na katulad natin. Kung sakaling hanggang ngayon ay sakop pa rin tayo ng alin man sa mga bansang ito, oo nga wala tayong "kasarinlan" pero maunlad kaya tayo? Kung tayo'y colony nila ang tinatamasa kaya nilang kayamanan ay tinatamasa din natin? Masarap maging malaya at masarap ang pakiramdam ng malaya... Hanggang saan na ba tayo dinala ng kalayaang ito?

Sabi ni Manuel Quezon noon..."mas nanaisin pa raw niya ang isang Pilipinas na pinapatakbo na parang impiyerno ng mga Filipino kaysa isang Pilipinas na pinapatakbo na parang langit ng mga dayuhan..." makaraan ang napakaraming taon ng kasarinlan, ito na nga ba ang nangyyayari? Lugmok sa kahirapan ang Pilipino, over-populated, bagsak ang ekonomiya, maraming walang trabaho, laganap ang korapsyon. Mayroon pa ba kong nakalimutan?

Sa puntong ito,marami ng mga Pilipino ang nag-a-abroad hindi lang para mag-trabaho. Maaring sila'y nag-a-abroad para takasan ang hirap ng buhay sa bayang kinagisnan nila, hindi nila masikmura ang garapal na pangungurakot ng mga nakaposisyon sa gobyerno. Mga nakaposisyong walang sapat na programa para sa pag-unlad ng ekonomiya, kanya-kanyang diskarte sa kung anu-ano ang pwedeng pagkakitaan. Pagod na kaya silang maging **Pilipino?**

Kung sila'y tatanungin gusto pa rin ba nilang maging Pilipino sa kanilang susunod na buhay? Umiiyak na ang bansang Pilipinas gayundin ang karamihan ng Pilipino. Ano ba ang magagawa ko? mo? natin? Maaaring biktima tayo ng krimen na ang salarin ay hindi habang-buhay na nakakulong kundi habang-buhay na mananatili at mamumuno sa atin sa iba't-ibang katauhan.

Komunismo? Monarkiya? Diktaturya? Sa desperadong si Juan, Ilan na rin ang gustong yakapin ang ganitong uri ng pamamahala. Malupit, mahigpit pero sa tingin ng iba okay ito kaysa sa malaya na hikahos naman ang pamumuhay. Sa ganang akin, Okay pa rin naman ang tinatamasa nating kalayaan kahit na ang kalayaang ito ay ginagamit ng husto at inaabuso ng matatalino at makapangyarihan. Kalayaan sa pagnanakaw, kalayaan sa pag-utang sa World Bank, kalayaan sa pagsupil sa katotohanan.

Ilang salaysay na ba ng whistle-blower ang nawalan ng saysay? Ilang expose na ba ang ibinabaon lang sa limot? Kasalanan na ba ang magsabi ng katotohanan sa bansang ito? Naaalala nyo pa ba si Panfilo Villaruel Jr? Kilala nyo ba si Jun Lozada? Pamilyar ba kayo kay Suwaib Upham? May mangyayari kaya sa mga salaysay ni Heidi Mendoza? Mas kapani-paniwala ba ang mga heneral kumpara kay Col George Rabusa?

Marami nang kahihiyan ang inabot ng Pilipinas sa mata ng mundo, kung anu-anong konotasyon ang idinidikit sa mga Pilipino, napakasama na natin sa tingin ng mga banyaga. Nagiging popular tayo hindi dahil sa galing, talino at talento natin kundi dahil sa mga palpak na ginagawa ng kapwa natin Pilipino. Maniniwala ka ba na ang Pilipinas ay pinakamapanganib na bansa (sa mamamahayag) kaysa Iraq? Nakakahiya pero totoo. Ganyan ba ang kalayaan? Iilan na ba sa atin ang nagsabing nakakahiyang maging Pilipino? Ano na ba ang naiambag natin sa mundo ng Syensya at Teknolohiya na itinuring na sa Pilipino? Sapat na ba mayroon tayong Arnel

Pineda, Allan Pineda, Lea Salonga, Charice Pempengco at Manny Pacquiao para mapagtakpan ang kahihiyan ng buong Pilipinas? Oo humahanga at bumibilib tayo sa kanila, repleksyon na ba ito ng pagiging mahusay at magaling na Pilipino, in general. Sila na nga lang yata ang dahilan kung bakit kilala ang Pilipinas sa positibong banda. May tulong ba ang gobyerno at pamahalaan natin para sila ay makilalala at linangin ang kanilang talento? Wala. Sila ay nagsumikap sa sarili nilang paraan para makamit nila kung anuman ang mayroon sila ngayon. Walang tutulong sa Pilipino kundi ang sarili nya mismo. Hindi ang gobyerno, hindi si Mayor, hindi ang Pangulo.

Nakakapagod bang maging Pilipino? Hintay tayo ng hintay nang ganap na pagbabago simula ng ibigay sa 'tin ang ating kalayaan, nagkaroon na tayo ng iba't-ibang klase ng lider Abogado, Heneral, Ekonomista, Makamasa at iba pa. Ano na ba ang nangyari? Ano ba ang nagbago? Kakambal na ba natin ang kahirapan at korapsyon? Sa aking opinyon, hindi ko pa nakikita ang bansang Pilipinas na uunlad sa loob ng dalawampung-taon, sa nakikita nating sistema ng mga namumuno na nananalaytay sa kanilang dugo ang kamunduhan at kasakiman. Diyos na ba nila ang pera? Nakakalungkot isipin na ang Pilipinas ang tanging bansa sa Asya na Kristyano pero numero uno naman tayo sa Asia sa Korapsyon at kalokohan.

Bakit ko ginagawa ito? Wala akong maisip na kongkretong dahilan sabihin na lang natin na ginagamit ko ang pribileheyo ng pagiging isang "malayang" Pilipino. Sanay na naman tayo makakita ng mga taong may paningin pero patuloy na nagbubulag-bulagan, mga taong taong may pandinig pero mga bingi sa karaingan, mga taong balido pero animo'y paralisado kung kumilos. Gustuhin mo mang sumigaw, lumabas ng kalye, magsulat para sa panawagan ng pagbabago eh sigurado namang walang patutunguhan.

Tama na, hindi ko na kaya. Baka isipin ninyo na ako'y isang maka-pili na traydor sa kapwa ko Pilipino. Hindi ko nais na libakin at hamakin ang bansa ko at ang Pilipino pero ito ang nakikita ko. Ikaw, iba ba ang nakikita mo?

12
Pilipinismo

Gusto kong gumawa ng isang seryosong paksa tungkol sa mga dahilan kung bakit ikinararangal at ipinagmamalaki ko ang pagiging isang Pilipino. 'Yun bang walang takot at walang bahid ng hiya na ipagyayabang sa kaharap ko maging sinoman siya at sabihin ng taas-noo na: Pilipino ako, ikinararangal at pinagmamalaki ko ito! Ngunit habang iniisip ko ng malalim ang mga kadahilanan at mga sagot sa tanong kong ito lalo akong nagugulumihanan, napapaisip ng malalim at nasagot ko ang tanong ng isa ring tanong: Mayroon nga ba?

Matapos ang nakakahiya at pumalpak na negosasyon at operasyon ng pulisya sa nakaraang hostage crisis sa Quirino Granstand, ano pa bang mukha ang ihaharap natin sa ibang bansa?

Sapat na ba ang humingi tayo ng patawad sa buong mundo? at bangggitin na: "Patawad po dahil isa akong Pilipino at hindi ko ginusto ang maisilang sa Pilipinas". Hihintayin pa ba ng gobyerno na mamutawi sa karamihan ng Pilipino ang ganyang mga salita? Kunsabagay, marami-rami na rin naman sa atin ang may ganyang mentalidad subalit hindi lang nila maibulalas.

Dahil sa wala akong maisip na daglian at kongkretong dahilan para ikarangal ang pagiging Pilipino, nagsimula akong magtanong sa aking mga kakilala at kaibigan kung ano ba ang naiisip nilang dahilan para ipagmayabang sa mundo na tayo'y Pilipino. Nagbilang ako. Isa...dalawa...tatlo. Aabot yata ako ng hanggang isandaang bilang pero ang aking mga tinanong ay hindi rin kaagad makaisip ng pu-pwedeng isagot sa aking katanungan. Para bang sumabak sila sa isang napakahirap na pagsusulit ng mga taong gustong mag-doktor o mag-abogado.

Kung alam lang ng idolo nating si Dr. Jose Rizal na ganito ang kahihinatnan ng bansang Pilipinas makalipas ang mahigit isandaang-taon gugustuhin pa kaya niyang labanan ang mga kastila? Gustuhin pa kaya niyang ibuwis ang kanyang buhay para sa mga Pilipino sa ngayon? Ang mga katipunero at mga bayaning hindi nabanggit ng kasaysayan kaya ay masaya sa kinahinatnan ng kanilang ipinaglaban?

Sa mga may kababawan ang pag-iisip, babangitin nila ang mga tanyag na personalidad na Pilipino na pumailanglang at nakilala sa iba't-ibang larangan. May mga sobrang tuwa sa tuwing magkakaroon ng Fil-Am na finalist sa American Idol, may mga sobrang ligaya nang maisahimpapawid ang Finals ng Pilipinas

Got Talent at nanalo ang isang Jovit Baldivino na para bang napakalaki nang naidulot na karangalan sa bansa eh halos lahat naman ng bansa ay may mahusay na singer. Ano ba ang pinagka-iba nya sa iba pang mahuhusay umawit?

Sapat na ba na miyembro si Allan Pineda ng grupong Black Eyed Peas para ipagmayabang na Pilipino tayo? Sapat na ba na tinitilian at hinahangaan ngayon si Allan Pineda ng bandang Journey ng ibang banyaga para ikarangal ang pagiging Pinoy? Sapat na ba napabilang si Charice Pempengco sa musikal na Glee?

Sapat na ba may pinoy na miyembro sa katauhan ni Nicole Scherzinger sa grupong Pussycat Dolls? Sapat na ba na may dugong Pilipino ang mga Hollywood celebrity na sina: Enrique Iglesias, Rob Schneider, Dave Batista, Lou Diamond Phillips at Vanessa Hudgens? Sapat na ba na mayroon tayong mahusay na direktor sa katauhan ni Brillante Mendoza na ang kanyang mga obra ay nagkamit ng iba't-ibang parangal? Sapat na ba na mayroong tayong Manny Pacquiao na nagiging sanhi ng panandaliang pagkawala ng suliranin ng mga Pilipino? Sapat na ba na palagian tayong nag-uuwi ng tropeo sa tuwing may kompetisyon sa WCOPA? Sapat na ba mayroon tayong "world-class" na Madrigal Singers? Sapat na ba na mayrron tayong Efren Bata Reyes o Django Bustamante? na hindi naman kinikilala kung hindi nagwawagi Sapat na ba mayroon tayong isang Lea Salonga na nagwagi ng Tony Awards sa Amerika? Sapat na ba may Filipino Chef ngayon sa White House? Sapat na ba kinikilala ngayon ang pangalang Kenneth Cobunpue sa larangan ng paggawa ng muebles? O kuntento na tayo na mayroong Monique Lhuillier ngayon sa larangan ng pananamit? May pumapansin ba kay Efren Peñaflorida noong nagtutulak siya ng karitong library? May mababago ba sa Pilipinas kung nanalo man si Venus Raj sa Ms. Universe? Makakatulong ba ito sa karamihan? Ito'y magiging panandaliang pantakip-butas lamang sa mga isyu at ating suliranin na mas mabaho pa sa umaalingasaw na patay na daga. Walang nagmamahal sa mga talunan…kung sakaling ang mga katulad nila ay hindi nagtagumpay sa larangang kanilang pinasok sino ba ang magpapahalaga sa kanila? Kung sakaling matalo o magretiro na si Pacquiao mayroon pa ba tayong maipagmamalaki? Kung malaos at tumanda na si Lea Salonga paano na tayo? Kung mamaos na ang boses nina Alan at Arnel Pineda o Charice, may papalit ba sa kanila na tatanggapin din ng madla?

Magpasalamat tayo at nagkaroon tayo ng mapayapaang rebolusyon na tinawag nating 1986 EDSA People Power Revolution nakilala at naging tanyag tayo dahil dito at may mga bansa pa ngang naging inspirasyon ito subalit ano na bang nangyari sa Pilipinas pagkatapos nito? Ang ideolohiya natin patungo sa ganap na pagbabago ay nananatiling pangarap, ang progreso at pag-unlad ay nakulong at nabitag ng mga makasariling bagong-lumang pulitiko pagkatapos ni Marcos. Ang kasaysayan ay walang pero at walang subalit pero nais kong itanong: May mababago kaya kung si Ninoy ang ating naging Pangulo? Sa aking palagay ay . . . .

Kung hindi pa sa nag-gagandahan at mga overpriced na mga beaches sa Palawan, Boracay, Cebu at iba pa baka nabaon na tayo sa limot gaya ng mga bansa sa South Africa, mayroon din naman tayong mga sadyang nilimot at hindi naaalagaan na Historical Landmarks na paandap-andap ay binibisita ng iilan, mga naglalakihang mga mall na pang-World record at dahilan ng pagkakalubog sa utang ng mga Pinoy na magastos; Subalit pwede na ba itong mga dahilan para ikarangal ang pagiging Pinoy? Sadyang mahirap talaga sagutin ang tanong na ito lalo't ang Pilipinas ay balot ng iba't ibang kontrobersiya, anomalya, puno ng katiwalian, kawalan ng disiplina, problema sa polusyon, populasyon, kahirapan, lahat na.

Kung ang batayan natin ng karangalan ay ang pagkakaroon ng mga sikat na personalidad kung ganoon ay mas maraming dahilan para ikarangal ng mga Ingles at Amerikano ang kanilang lahi dahil sa dami ng mga sikat at popular na kanilang "na-produce". Siksik, liglig at umaapaw ang mga musicians, artista, sports personalities, imbentor, scientists at iba pa na napakahuhusay sa iba't-ibang larangan.

Hindi ba pwedeng makilala ang Pilipino sa larangan ng agham, medisina, teknolohiya o siyensya? Ano na ba ang naiambag natin dito? Siguro'y maiisip mo ang Flourescent Lamp ni Agapito Flores datapwat hanggang ngayon ay hindi pa rin ito kinikilala sa mundo ng siyensya. Nakakalungkot isipin na napakarami nating mga imbentor at imbensyon na pwedeng linangin para maipagmalaki sa buong mundo subalit wala man lamang natatanggap na suporta at ayuda galing sa gobyerno kahit sino pa man ang nakaupo, napakaraming mga Pilipino na may potensyal sa larangan ng palakasan subalit ang pondong para sa kanila ay garapal na ninanakaw.

Napakasarap sanang marinig na ang mga Pinoy ay tanyag dahil sa napakagandang uri ng pamumuhay, napakahusay na pamamahala ng gobyerno, maunlad na ekonomiya, may mga imbensyon na hindi ninakaw ang ideya kunsabagay tanyag naman tayo eh sa negatibong aspekto nga lang. Sa ganang akin hindi ko ipinagmamalaki na mayroon tayong mga OFW sa iba't-ibang bansa na umaabot sa 11M sumasalamin lamang ito na ang bansang ito ay nangangailangan ng tulong at hindi nya kayang suportahan ang pangangailangan ng karamihan sa Pinoy. Kung sakaling bumaba ang bilang ng mga bagong bayani nating ito (hindi dahil sa pinalayas sila ng kanilang mga amo) at dito na sila naghahanapbuhay at kumikita ng sapat at hindi na nila kailangang magpamura sa mga Intsik, magpamaltrato sa mga

Arabo, alipustahin ng Ingles, pagtawanan ng Singaporeans, maranasan ang diskriminasyon ng Amerikano; Ito ang dapat nating ipagmalaki! Hindi ang remittances ng mga kababayan nating OFW. Kung mayroon lang sanang sapat na programa at trabaho para sa kanila marami sa kanila ang hindi nanaisin na magpaalipin sa dayuhan. Sino ba ang gustong mawalay sa pamilya? Sino ba ang gustong magpayurak ng dangal sa banyaga? Sino ba ang gustong magtiis sa gutom? Sino ba ang gustong lumuha gabi-gabi?

Sa iyong paglabas ng bahay at pagpunta sa iyong trabaho; Wala ka bang nakitang tambak ng basura? Wala ka bang nakitang jeepney driver na hindi nagbaba sa gitna ng kalsada? Wala ka bang nakitang sasakyan na hindi nag-beating the red light? Wala ka bang nakitang tricycle sa gitna ng main road? Wala ka bang nakitang pedicab, kuliglig o pribadong sasakyan na hindi nag-counterflow o naghari-harian sa daan? Wala ka bang nakitang nagkalat na pulubi sa kalye? Wala ka bang nakitang pulis na tumityempo ng makokotongan? Wala ka bang nakitang tumatawid sa ilalim ng footbridge? Wala ka bang nakitang iskwater sa gilid ng kalsada o ilalim ng tulay? Sa iyong panonood ng TV, pakikinig sa AM radio o pagbabasa ng dyaryo; Wala ka bang nabalitaan na nangholdap dahil sa kawalan ng hanap-buhay? Wala ka bang nabasa tungkol sa tiwaling opisyal ng pamahalaan? Wala ka bang napanood na pagmamagaling ng mga pulitiko sa isang usapin o imbestigasyon? Wala ka bang nabalitaan na pumalpak na pamamahala nang isang sangay ng gobyerno? Wala ka bang nabasa na tangkang welga ng mga empleyado o ng sinumang pribadong sektor?

Kung ang sagot mo sa lahat ng katanungang ito ay isang napakatunog na WALA, mayroon na tayong mga magandang dahilan at siguro pwede na nating sabihin na: PILIPINO AKO, KINARARANGAL AT PINAGMAMALAKI KO ITO! Subalit napakalabong mangyari ito sa ngayon at sa susunod pang sampu o dalawampung taon.

Kung gagawa ako ng mababaw na dahilan para maipagmalaki kong Pilipino ako, may naisip na ako: Eraserheads at ang mga kanta nito. Ang babaw ko no? Sabihin na nating oo pero ganito rin naman talaga ang karaniwang Pinoy: mababaw pero matatag, paladasal pero patuloy sa pagkakasala (sino bang hindi), nagmamalinis ubod naman ng dumi, palatawa kahit na may problema; sa sobrang masayahin nga ng Pinoy ay ginagawa nating katatawanan ang kahit anumang bagay gaya ng pagpapalitrato ng todo-ngiti sa bus na pinangyarihan ng hostage-taking (nakakatuwa pa ba ito?)

Ang awitin ni Noel Cabangon na "Ako'y isang mabuting Pilipino" ay may napakagandang mensahe, ang sumulat nito ay isang Optimistiko na sa kabilang negatibong imahe ng Pilipinas nakagawa siya ng isang kanta tungkol sa pagiging mabuting gawain ng Pilipino subalit ang pagiging optimisko niya ay humihiwalay sa realidad na buhay ng mga Pinoy. Sa kabilang banda, hindi naman ako pesimistiko napansin ko lang na ang lahat ng mga nakasaad sa kantang ito ay taliwas sa gawi ng Pinoy, sana hindi lang sa kanta natin marinig ang mga mabubuting Pilipino kundi sa realidad at totoong buhay.

Sadyang mahirap mahirap ang buhay pero mas mahirap yata ang maging Pilipino pero may pag-asa pa, Kailan? Yun ung ang hindi ko alam.

13

At Ang Libog Ay Matatalo ng Antok

At may namatay na isang mayamang pulitiko.

'Di nakapagpigil ang mga malisyoso at ang mga halang ang pag-iisip. Wala raw nabitbit kahit 'sang pirasong mulay sa kanyang pagpanaw; hindi raw nailigtas ng yamang umaapaw na daig pa ang buhos ng malakas na agos ng mabalasik na si Sendong, yamang higit pa ang bilang sa dami ng lahat ng Pilipinong nagtakwil man o hindi sa kanyang lahi, yamang kasalukuyang pinag-aagawan ng kanyang naiwang legal at ilegal na pamilya.

Hindi sila masisisi, kahit anong pagtanggi ay maaalala ang bakas ng nakaraan at lumipas; nang akma ng huhulihin ang isdang lumalapa ng kapwa isda'y lumabas ang isang nagngangalit na pating at ang lahat ng nagtangka ay dinunggol at inihain ang pangil na higit pa sa tulis ng isang palaso. Ang tsubibong lumilipad na libangan ng kawal ng lipunan na inakala nang nagtatanga-tangahang pinuno nito na bago ay isinalya sa halagang birhen; Sino ang may sala? Batid na ng lahat pero walang makapagsabi gayon pa man sa bandang huli wala namang may kasalanan; walang umaamin walang mapaparusahan kahit itanong mo pa sa mga naiwan ng nagpatupad ng batas-militar.

Kapwa hungkag ang nagtanungan, isa ka rin bang tanga? Nagmayabang na nangatwiran. Kung tanga ang turing sa paghagilap sa matinong pinuno, kung tanga ang tawag sa patuloy na paghahalal sa lider na ang panata'y mag-aahon sa mga nalulunod sa kahirapan, kung tanga ang taguri sa mga taong madaling magpatawad at makalimot…Tama nga sila, tanga nga sila. Tangang walang kadala-dala. Tanga pero hindi gago. *Ngunit kasalanan pa rin ba natin kung patuloy tayong ninanakawan ng garapalan ng mga gunggong na nasa trono? Ikaw, ako, tayo ano ba ang kaya nating gawin para sila'y maigupo? Kaya mo bang tibagin ang pader na singtibay ng bundok na pinatatag ng kasaysayan? Kaya mo bang kitilin ang pagiging ganid ng marami sa kanila na ang nanalaytay sa kanilang ugat ay dugo ng kasakiman? Paano ka magwawagi kung ang iyong sandata'y patpat at ang kanila'y matalas na kris at may kapanalig na metal na kalasag?*

Pero teka, nakikita ko sila sa pahayagang nagtatanong minsa'y nakapikit ang matang dumadalangin, minsa'y tumatanggap ng ostiyang komunyon, minsa'y nagkakawang-gawa sa mga dukha, mga nabiktima at nasalanta. Mabubuti rin pala sila. Ilang Ama Namin ba ang kanilang inuusal sa bawat araw tatlo, sampu, dalawampu? Ilang rosaryo ba ang kanilang napigtas sa tagal ng lumipas? Ang kanila bang pangmumog sa umaga at sa tuwing bumabaho ang hininga'y agua bendita? At kasabay kong ngumisi ang idolo ng mga aktibista na si Dong Abay.

Ano daw ang nasa dako paroon na bunga nang malikot na pag-iisip?

May natatanaw ka bang pagbabago o tagumpay? May pag-unlad bang sasalubong sa aandap-andap na pag-asa ng mga nagdarahop? May liwanag na bang sisilay at sisilip sa matagal ng karimlan? Saglit mong ipikit ang iyong mga mata…ano ba ang 'yong nakikita? Madilim. Napakadilim. Gaya ng ating kinabukasan, madilim. At ikaw ay susuntok sa buwan, maghahagilap ng karayom sa dayami o makikipagdigma tangan ang isang balaraw laban sa dambuhalang armas ng mandirigma. Malabo ang tagumpay 'wag mo nang isipin. Iba ang reyalidad sa pagiging optimistiko. Hindi ka uunlad sa pag-asa sa kanila baka tuluyan kang lumubog sa sinasakyan mong bangkang puno ng butas, nag-aagawan sa sagwan at naghihintay ng isdang hinuli gamit ang dinamita. Lumangoy ka muna hanggang makahanap at makahagilap ng panibagong bangka, makiangkas sa gusto ring magsikap, matutong mangisda. Walang puwang ang tamad sa nagmamadaling pag-ikot ng mundo. Ilibing mo na lang ang iyong sarili kung patuloy mong yayakapin ang katamaran, mga katawang malusog pero umaasa sa nagbabanat ng butong nasa lugar ng dayuhan, mga tiyan na busog pero ang nagpapalamon ay hinahabol ng gutom, mga ngiti nila'y matamis pero ang nagpapadala ng kuwarta'y pinagsimangotan ng among malupit, mga damit ay moderno't mabango pero tila gulanit ang suot at pati pagkatao nang nagpapaalipin sa ibang nasyon. Muli mong idilat ang 'yong mata. Ano ngayon ang iyong nakita? Pareho lang, kung isa ka sa nagpapaalipin sa kagaguhang hatid ng pulitiko, ng pulitika, ng komersiyalismo.

Marami ang humahanga't nagayuma sa komersiyalismong hinatid ng mansanas na may kagat; may nagbenta ng laman, literal. Inoperahan kapalit ng ilang pirasong modernong pilak. May nag-iipon para makasunod sa uso, nais na may nakasukbit na mansanas sa sinturong mumurahin na alanganing plastik, alanganing balat. Walang medisina sa nilalasong sentido. Mga taong winaldas ang kinabukasan para sa kasalukuyang kaluhuan. Bukas uuwing luhaan, duguan pinitik ng mandurugas ang piraso ng mansanas at mangangarap ng bago ang walang kadala-dalang gago. Subukin mong tanungin kung may naisalba para sa anak na nagkukumahog sa pag-aaral o sa inang humahalinghing dahil sa karamdaman, 'di makaimik. Katumbas ng katahimikan ay pagsang-ayon. Mga nasa tahanan ay nahuhumaling sa kinomersyal na sabon, umuubos ng higit sa anim na oras kada araw o katumbas ng higit sa siyamnapung araw sa isang taon.

Umiiyak, tumatawa, nauulol sa karakter na umaastang sinto-sinto. Paulit-ulit. Parang hibang. May kandili, may pangangalunya...na naman. Umpisa pa lang alam na ang katapusan. Habang ang anak sa murang mga edad ay nasa datkom na mahalay at isa naman ay sumisigaw ng tagay. Detalyado at bente-bente ang kwento ng nasa sabon pero banlag sa istorya ng kanyang mga may balahibong-pusang inakay.

May mga bubot na magpapadala sa tawag ng kalamnan. Walang pakundangan, walang pakialam. Maghaharutan. Maglalandian. Magkakantahan. Bubuhatin ang pusong kiri. Titirik ang mata, kikislot ang laman. Butil-butil ang pawis sa silid na malamig. Sisimsim sa nektar; hihimurin ang hinaharap. Babanggitin ang mahal kita sa kanyang maharlika. Gagayahin ang eksena gabi-gabi sa obra-maestrang teleserye. Titikim, lalasap, madadarang. Naglalaro ng apoy 'di mapapaso; nagtatampisaw sa ulan 'di mababasa; humihigop 'di mabubusog; kumakatas 'di matigib ang uhaw. Hindi tumitigil, uulit. Bagito pero isa nang eksperto; isang mag-aaral pero daig ang kanyang guro. Nalimot ang alpabeto panay patinig ang bukambibig, a, e, i, o, u! Buhol-buhol na pangarap ay tuluyang mapuputol nang limang-minutong paulilt-ulit na sarap. Sandaling kaligayahan pangmatagalang sisihan. Matapos ang siyam na buwan palaboy ay nadagdagan.

May magsusunog ng oras sa halip na magsunog ng kilay; magpapaskil sa librong walang pahina, magyayabang sa huni ng ibon, maghahanap ng katatawanan at kalaswaan sa modernong tubo at dedepensa laban sa lumang tao. Kawawang haligi hilahod sa trabaho.

May nagpapataasan ng mapanghing ihi. Ayaw magpagapi kahit yabang na lang ang natitirang kayamanan. Nanaising tuntungan at apakan ang likuran ng iba upang mamintini ang kapalaluan. May mandurugas na aangat at makararating sa taluktok. Ibubuka ang bagwis at papaimbulog. Dahan-dahan sa paglipad at pagpagaspas ng pakpak mas malakas ang lagapak 'pag bumagsak sa lupa. Nakakalula sa itaas. Baka walang makasabay sa'yo at matuklasan mong ikaw na lang pala ang humihimpapawid; sa sandaling mapilay ang bagwis dahil sa iyong bilis unti-unti kang babagsak tulad ng pagkawala ng bagsik at pagtamlay ng lason ng mga mapanganib na pinuno ng iba't ibang lugar at panahon; si Adolpo ng Alemanya na natagpuang may bala sa sentido inutas ang sarili ng tangan niyang armas na loyalista, ang dating hari na namuno ng halos tatlong dekada ng dating Mesopotamia ay kinitil sa pamamagitan ng pagbigti, ang makapangyarihang diktador na hanggang ngayon ay wala pa sa huling hantungan, pinagkaitan. Walang permanente. Walang pangmatagalan. Permanenteng interes at pangmatagalang pagka-inip lang. Sa pananatili sa tugatog lalago ang kaibigan ngunit sa pagdausdos at pagsadsad sa lupa unti-unting malalagas ang umano'y matatalik. At hangal lang ang magigimbal.

Ang kasinungalingan ay nakatakdang paniwalaan sa katagalan 'pag patuloy na inuulit-ulit, ulit, ulit. Kaya ba ang lahat ay nagpapapakakadalubhasa sa paglulubid ng buhangin? At ang pagsisinungaling ay kapatid ng pagnanakaw. Kaya ba marami ang mga ito'y pinagsasabay? Kaya mo bang basagin ang mundo ng kasinungalingan sa pamamagitan ng pagsiwalat ng katotohanan? Tutulad ka ba sa mga taong bumubulong ng sipol? Pinaniwalaan ba sila? Kung oo, ano na ang kinahinatnan nito? Saan ito tumungo? Nagmistula lang itong utot na nagyabang at umalingasaw sandali subalit naglaho rin ang aroma nang ganoon din kaliksi. May ilang mahusay sa pagsisinungaling na kahit ang sarili niya'y kanyang kinukumbinsi na katotohanan ang kanyang pinagsasabi. May mga ibang ginawa na itong hanap-buhay; propesiya 'di umano pero panlilinlang ang adhikain. Mamalasin ka dahil walang trabaho. Katapusan ay malapit na maghanda ka lang. Bulaan. Isinasantabi na lang ang ika-siyam na utos. Lahat na ay bihasang magsinungaling, ako na lang ang hindi. At biglang humaba ang aking ilong.

Paano mo gustong maalala? *Ano ba ang higit na mahalaga, ang makabuluhang kamatayan o ang makabuluhang pamumuhay?* Paano kung hindi ka nagtaglay nito? Ano ang maalala sa'yo? Magtatanong ka pa, pare-pareho lang tayo. Gusto mo bang maalala ng lahat na ikaw ay bantog sa pagtatakip ng bumabahong katiwalian? O sa pagiging pusakal na pasimuno sa pagkawala ng nag-aaklas sa pamahalaan? O sa pagiging dalubhasa sa pagkamal ng yamang kinukupit sa mga pulubi? Hayaang magbunyi ang iba sa kamatayan ng isang pusakal, hindi mo sila mapipigil kasiyahan nila ito. Humanap ka na lang ng sarili mong kasiyahan. Subukan mong tumipa ng masasayang alaala kaysa maging palalo sa suot mong magara, subukan mong mag-abot sa mga nasalanta kaysa ibalandra ang nagmamayabang mong tableta; Subok lang, kung hindi ka sumaya sabayan mong tumawa ang mga mahuhusay mang-alipustang nasa ikatlong lahi; nasa Silid-Aklatan, Payaso o ang sikat na tatlumpu't-siyam na pulaga. Ako? Nais kong maalala ng mga tao ng walang pag-aalala parang alikabok na pupuwing sa taong may demonyong pag-iisip saglit na ikukusot ang mata pero muling papaslang.

Nagkubli ang gabi. Walang nangyari. Sumakay sa pulang kabayo o tatawag sa santong may dalang sulo, hihiram ng tapang sa katas ng ispiritu ng sebada. Lilimutin ang problema, panandalian. Hahamunin nito maging si Kamatayan. Isisisi ang malas sa lahat; sa gobyerno, sa magulang, sa orasan, sa balita, sa droga, sa gasolina, sa alak, sa punong tumawid sa kalsada. Baluktot na isipan ng buhay ng wagas na palaboy. Bukas, bubuka ang liwayway ang suliranin ay muling sisilay at may dagdag na liyo.

Kamay ng oras ay 'di na kayang ibalik. Sayang na panahon. Malulugas ang dahon, hahalik sa lupa; matigas na bakal, kakalawangin; masel sa kalamnan, lalaylay. Ang malalabi sa libog ay hambog at ang landi ay magiging kadiri-kadiri. Gisingin ang nagtutulog-tulogang diwa. Hindi araw-araw pasko, hindi maaaring maghapon ay may araw, hindi habang panahon ay may lakas ang naghuhumindig mong kalalakihan. Subukan mo mang umulos ay 'di naman tumitigas ang iyong mga litid at ugat. Lilipas ang panahong matikas.

Ang anumang bagay na hinandog mo sa 'yong sarili ay kasabay mong papanaw at lilisan. Ngunit ang mga bagay na inalay sa kapwa mabuti o masama ay mananatili kailanman; huhusgahan ka sa iyong ginawa, hindi sa buwaya mong 'di nangangagat o sa pamagat ng mga ari-arian o sa may lasong mansanas na may kagat. Habang may panahon pulutin ang mga nabasag na piraso ng iyong pagkatao sa sahig, ang tropeyo ay dekorasyon lang na inalay at dinesisyunan ng binayarang inampalan. Dahil bukas maaaring ang libog ay matatalo ng antok.

14

Pera, pera, pera

~**The greed for** money is the root of all evil.
~Money is like the sixth sense you can't make use of the other five without it.
~Whoever said money can't buy happiness simply didn't know where to go shopping.
~Money, if it does not bring you happiness, will at least help you be miserable in comfort.
~Money is the barometer of the society's virtue.

~Money, the root of all evil but solutions to (almost) all of the problems.

Mga quotes na may kinalaman sa pera, mga katotohanan pero pilit na iwinawaksi at ayaw harapin. Para sa'kin money is on top of my list of overrated things. Gaya rin ng ibang mga bagay anumang sobra ay masama subalit sa pagkakataong ito parang halos lahat na yata ng tao ay naghahangad ng marami nito. Money makes the world go round and money changes everything sarkastikong mga pananaw pero may kurot nang katotohanan. Pera ang nagpapaikot sa mundo at malamang karamihan sa mga tao. Katulad mo marami rin ay naghahangad din nito nangangarap, nananaginip, na sa pagdating ng mailap na panahon mabili ang mga bagay na maglalagay nang ngiti sa ating mga labi, magpapakalma ng magugulong mga isipan, magpapaginhawa ng ating buhay at ng ating pamilya. Oo, hindi lang pera ang nagpapaligaya sa buhay ng tao pero siguro kung mayroon ka nito madali nang magawan ng paraan kung paano ka maging masaya. Nakakalungkot malaman na karamihan na sa tao ay nakadepende ang kasiyahan sa materyal na bagay at kapag sinabing materyal na bagay kakambal nito ay pera. Pera na napaka-powerful, napaka-influential at always in control sa lahat ng oras, sa lahat ng bagay. Sinasabing ang respeto ay hindi hinihingi kundi kusang ibinibigay sa isang tao pero kung wala ka namang pera sino ba ang rerespeto sa'yo? Magmumukha ka lang gusgusing pulubi sa kalsada pero ang hinahanap mong respeto ay hindi mo makukuha. Ilan na ba ang rumespeto sa taong grasa na humihingi ng marungis na barya? Sino ba ang nagbigay pansin sa mga paslit na kumakatok sa salamin ng magagarang sasakyan? Bukod sa barya, awa lamang ang kaya nating ibigay sa kanila. Sino ba ang madalas kuning ninong sa binyag o kasal?

Gustuhin man natin o hindi, sa realidad nang buhay ang sinomang may pera ay may kapangyarihan at ang respeto pilit man ito o hindi ay naibibigay sa taong mayroon nito.

Ang batas ay pantay-pantay at ito'y para sa lahat, mayaman ka man o mahirap subalit ikaw ba ay naniniwala dito? Ang sinumang may pera sa bansang ito ay madalas palagiang nangingibabaw sa batas. Parang mga asong uto-uto ang mga pulis na nagpapasilaw sa kinang ng pera, mga piskal, abogado at huwes na pikit-matang tinatanggap ang bulto ng salapi kapalit ng pagbaluktot ng batas. Ang hustisyang nararapat na para sa iyo ay napakahirap matagpuan 'pag ikaw ay salat sa pera nakakalungkot malaman pero totoo.

Napakaraming mga tanong na ang simpleng sagot ay pera. Pera na mailap at napakahirap makamit, na sa buong buhay ng tao ay dito nakasentro, na hindi naman pwedeng iwasan.

Ano ba ang dahilan kung bakit dumarami ang pulitikong "concerned" sa mamamayang Pilipino?

Bakit ba tayo iginapang sa pag-aaral ng ating mga magulang? Ano ba ang naging ugat noong hostage crisis sa Luneta? Pagkagahaman ba saan ang pamamaslang noon sa Maguindanao?

Bakit ba hindi kayang ipagamot ng karaniwang Pinoy sa matinong hospital ang mga mahal natin sa buhay? Bakit nagreresulta sa kamatayan ang karaniwang Pilipino na may mga karamdaman? Bakit ba dumarami ang palaboy sa kalye? Bakit ba nadaragdagan ang iskwater sa gilid ng kalsada at ilalim ng tulay? Bakit hindi masugpo ang katiwalian sa gobyerno? Bakit ba hindi matigil ang jueteng sa Pilipinas? Bakit ba palagi na lang may nanghoholdap at nangingidnap? Bakit dumaraming mga magulang ang iniiwan ang mga anak para mag-ibang bayan? Bakit ba kakaunti na lang ang matitinong mga pulis? Ilang mag-asawa na ba ang naghiwalay dahil sa kawalan nito? Ilang respeto at tiwala ng kapatid, kaibigan, at kahit pamilya na ba ang nasira dahil dito?

?Ang kawalan ng pera ay parang katumbas ng kawalan ng dignidad sa isang materyosong mundong ating ginagalawan, nakapagpapababa din ito ng moral na minsan nagdudulot ito ng desperasyon at maaaring makagawa ng mga bagay na labag sa kalooban, sa batas at sa Diyos. Gugustuhin ba ng isang babae na magpakaputa na pinagpaparausan ng kung sino-sinong lalaki kung mayroon siyang pera? Nanaisin ba ng isang ina na magnakaw ng isang latang gatas kung may pambili siya nito? Isusugal ba ng isang ama ang kanyang buhay sa pagnanakaw para mapa-opera ang kanyang anak na malubha? Hindi ka ba maaantig kung makakita ka sa kalsada ng paslit na nanghihingi ng barya sa dis-oras ng gabi? Hindi ka ba makakaramdam ng awa sa mga batang naghahagilap ng mapagkakakitaan sa umaalingasaw na basura? Sa kabilang banda, ang pagkakaroon (ng labis) nito ay nagdudulot sa tao ng kumpiyansa, labis na lakas ng loob, dignidad at mentalidad na hindi ka kayang apihin dahil sa ikaw ay may pera. Madalas nga sa pagkakaroon ng kumpiyansa ay nauuwi pa ito sa kayabangan at hindi namamalayan na isa na rin siya sa nag-aalipusta sa mga kapos naman sa pera.

Pera, kung sinoman ang nag-imbento nito ay nakabibilib higit pa ito sa kung ano pa mang imbensiyon ng teknolohiya dahil kung wala nito hindi makakamit ang bawat adhikain. Mas makinang pa ito sa nakasisilaw na araw, mas mahalimuyak pa ito sa pinakamabangong pabango, mas nakabibighani pa ito sa pinakamagandang babae at mas malakas pa ang epekto sa pinakamatinding gayuma. Ang tao ang nag-imbento sa pera kaya marapat lamang na ang tao ang nagpapaikot dito hindi ang kabaligtaran pero iyon ba ang nangyayari sa kasalukuyan? Hindi man literal na pinapaikot tayo ng pera subalit ito na ang nakalakhan ng bawat isa simula nang pagkabata; Kung may pera lang sana noon si nanay; Gaano kaya kasaya ang kabataan ko kung nagkaroon ako ng game and watch, rc cars at mightykid na sapatos? Lagi ko sanang naaalala ngayon ang cake at ice cream sa tuwing birthday ko, Anong antas kaya ng kasiyahan ang nadama ko kung may pambili kami ng Nike o Tretorn noong nag-aaral ako ng Highschool? Naipamana pa sana sa akin at hindi nailit ang ibang mga alahas ni Itay kung may pangmatrikula ako sa kolehiyo. Hanggang sa kasalukuyang mga gusto at pangarap natin na Laptop, DSLR Camera, I-phone, malupit na mga shoes at bags, bakasyon sa Palawan, Tokyo o Paris. Ang sarap siguro ng pakiramdam kung hindi ka nag-aalala sa mga dumarating na bill ng kuryente, cable, credit card at iba pa. Makamit, maranasan o mapag-ipunan mo man ang ilan sa mga ito, kinabukasan babangon ka ulit para magtrabaho at kumita ng pera para naman sa ibang gusto at pangangailangan dahil ang tao naman ay wala ring kakuntentuhan. Hindi lang pinapaikot ng pera ang kamalayan ng tao idagdag mo pa ang pagiging alipin ng karamihan ng tao sa makapangyarihan at malabato-balaning hatid at dulot ng pera. Hindi na alintana ang anumang negatibong resulta masustini lang ang pangangailangan, hindi na iniisip ang masamang dulot ng pangyayari at may mga tuluyan nang nalason ang pag-iisip dahil sa pagiging gahaman at sakim. Higit sa animnapoung porsiyento ng ating buhay ay inilalaan natin sa hanap-buhay o trabaho, hindi pa sumisikat ang araw ay bumabangon na tayo para kumayod kung hindi pera ang dahilan dito ay ano? Baka nga mahina na ang tuhod natin o lugas na ang ating buhok ay naghahanap pa rin tayo ng mapagkakakitaan. Pagod ka na ba? Huwag muna dahil may pasok ka pa bukas at kailangan mo pang kumita.

Ilang okasyon na ba ang hindi mo napuntahan dahil ikaw ay may pasok sa trabaho? Saan ka ba makakarating kung hawak mong pera ay 'sandaang piso? Sapat na bang magpadala ka lang ng pera sa kaarawan ng iyong anak? Kaya mo bang laging lumiban sa trabaho para dumalo sa mga pagdiriwang? Ano ba ang uunahin mong bilhin, bigas o medisina? Naisip mo ba kung pagkasyahin ang dalawa o tatlong daang piso kinita sa maghapon sa lahat ng gastusin? Hindi ka ba mapapaluha kung hindi mo kayang tulungan ang isang mahal sa buhay dahil ikaw ay kapos rin? Sino ba ang tutulong sa'yo kung ikaw naman ang nangangailangan?

Kaya mo na bang unawain ngayon ang isang holdaper na katulad mo'y desperado na din sa pera? Ilang araw at gabi ba ang tiniis mo para sa kapakanan at kinabukasan ng iyong anak at para may ihain sa hapag-kainan?

Sa pag-ibig daw ay pantay-pantay ang mahirap at mayaman, totoo kaya ito? Makakapagpa-ibig ka ba kung ikaw ay hikahos sa pera? Alipusta lang ang aabutin mo sa magulang na iyong nililigawan magiging para ka lang busabos sa kanila na parang isang napakalaking kasalanan ang pagiging mahirap mo. Damit, pagkain at tirahan ating mga pangunahing pangangailangan masyadong madami e kung gawin na lang nating isa: Pera. Tutal yun din naman ang kailangan para ma-fulfill ang ating basic needs ganun din ang iba pang mga pangangailangan.

Ang kalusugan ay kayamanan pero paano ba mapapanatii ang kalusugan? Libre ba ang gulay, karne, isda, gamot at bitamina? Ang edukasyon ay isa ring kayamanan ngunit ano ba ang katumbas ng edukasyon? Hindi lahat ng tao ay may eksepsyonal na talino at kayang makapag-aral ng libre dahil sa taglay nitong angat na talino, ang edukasyon ay hindi libre at pera ang kailangan para makapagtapos ng matinong pag-aaral. Paano na lamang ang iyong pangarap na magandang bahay at modelong sasakyan kung hindi ka nakapag-aral? Lahat na yata ng kilos natin ay nag-uugat at nangangailangan ng pera? Sana nga'y mali ako subalit mali nga ba ako?

Magmula pagsilang hanggang kamatayan, magmula unang kaarawan hanggang sa libingan pera ang iyong kailangan. Magkano ba ang iyong kailangan para ipambayad sa isang nanganak sa ospital lalo na't caesarian? Hindi mo ba pinag-ipunan ang unang kaarawan ng iyong anak? Magkano ba ang gagastusin sa pagkakasakit, sa simpleng ataul at sa pagpapalibing?

Ang mentalidad na ang mayayaman ay matapobre at ang mahihirap ay snatcher ay hindi totoo kathang-isip lamang ito ng mga manunulat ng mga pelikula, komiks at teleserye. Hindi lahat ng mayaman ay mang-aapi at hindi lahat ng mahirap ay hindi marangal ang hanapbuhay kadalasan nga ay ang kabaligtaran pa ang nangyayari. Pero naniniwala pa rin ako na kailanman hindi pwedeng gamiting dahilan o katarungan ang kahirapan para gumawa ng kasamaan at kamalian alam kong hindi madali pero sa tingin ko'y ito ang tama. Bagaman, napakahirap kumita ng pera at mabibigat ang mga pagsubok na dumarating sa ating buhay hindi pa rin ito sapat para gumawa ng isang bagay na ating pagsisihan kung hindi man dito sa kasalukuyang buhay malamang sa kabilang dimensyon ng ating buhay kung ikaw'y naniniwala sa buhay pagkatapos ng mortal na buhay sa makasalanan at puno ng temptasyon na lupa. Maaaring hindi natin alam ang solusyon sa ibang mga problema, maaaring hirap ka na magdesisyon at lito na ang iyong isip sa kaiisip kung saan maghahagilap ng kaparaanan, maaaring ginawa mo na ang lahat ng nalalaman mong paraan, hindi pa man ito sapat ay wala ka nang magagawa. Hindi natin kontrol ang lahat ng bagay, hindi mo man alam ang dahilan sa ngayon baka sa susunod na panahon maintindihan mo ito. Huwag nating tularan ang iba na ganid sa pera siguro nga'y tama na: ang pagiging sakim sa pera ay ugat ng kasamaan. pero ano ba ang kinalamanan ng pera sa pag-gawa ng kasamaan ng tao? Ang bawat desisyon ay nakasalalay sa tao huwag isisi sa pera, sa kung kanino man o sa kung saang bagay man. Ang pag-gawa ng mabuti o masama ay "by-choice" hindi sapat sabihin na sumama ang ugali ng isang tao dahil sa siya'y yumaman maraming mga nakaririwasa sa buhay ang may magandang ugali. Huwag din isisi sa iba ang kinahinatnan ng buhay mo wala silang kinalaman sa katayuan mo ngayon. Ang pera'y mabuti kung gagamitin sa mabuti. Ang pera'y masama kung gagamitin sa masama.

15

Incest

Hindi ko naman itinatanggi na naging prosti ako.

Marami ang nagpakasasa at nagpakasawa sa aking katawan mga iba't ibang lahi pa nga; Kastila, Amerikano, Hapon at iba pa. Hindi ko sila lubos na natanggihan at kung tatanggi man ako'y hindi rin sapat ang aking paghindi. Anong magagawa ko eh mahina lang ako? Isang kayan-kayanan at api-apihan. Hindi naman ako likas na malandi pero sa katagalan nang paggamit nila sa akin nakasanayan ko na rin, kailangan eh. Marami ang umaasa sa akin at dapat lang akong kumayod ng husto. Kaya't kahit hindi na kaya ng katawan ko pinipilit ko pa rin mapunan lang ang pangangailangan ng marami kong anak.

Mahirap talaga ang maging mahirap mistula kang alipin ng mga may salapi at makapangyarihan. Walang boses ang bawat sasabihin, walang nakikinig sa bawat hinaing, walang lakas ang bawat pagtutol.

Tanggap ko na ang kapalaran kong ito at kahit na anong gawin ko'y hindi na rin maibabalik pa ang nakalipas at nakaraan. At kung maibabalik man ito may kakayahan ba ako na ito'y baguhin?
Tanggap ko na, na ganito ang naging kapalaran ng aking buhay.
Tanggap ko na, na madrama at malungkot ang aking kasaysayan. Ngunit ang hindi ko lubusang matanggap ay ang patuloy na pangyuyurak at panghahalay sa akin ng mismong mga anak ko! Hanggang kasalukuyan.

Batid nilang higit kong kailangan ang pag-aaruga at pagkalinga dahil sa kalunos-lunos kong kalagayan pero mga wala silang pakialam. Medyo may katandaan na ako't gusto ko na ring magpahinga at maranasang may nagmamalasakit at nag-aalaga sa akin. Ngunit sa halip ay hindi pa rin sila tumitigil sa pagluray sa aking kapurian. Parang mga demonyong humahalay sa aking kalamnan. Mga hayok na nilulustay ang natitira ko pang kaunting kayamanan.

Awang-awa na ko sa aking sarili.

Tingin ko'y sobra na 'kong namaltrato at naabuso. Nais kong sumigaw at iiyak ang poot na namamahay sa aking puso. Ngunit gusto ko ring kamuhian ang aking sarili dahil sa hindi yatang magandang pagpapalaki ko sa kanila. Ako ba ang dahilan kung bakit naging ganyan sila kasama? Kung ganoon nga isa pala akong walang kwentang Ina!

Ginawa ko naman ang lahat ng alam ko upang maging mabuting Ina sa kanila at sila nama'y maging mabuting mga anak sa akin, tinuruan sila kung papaano maging responsableng mamamayan at maging mapagkalinga sa kanyang mga kapatid pero ako'y nabigo. Nagpakaputa ako upang matustusan lang ang kanilang pangangailangan halos pati kaluluwa ko'y ibinigay ko na sa mga oportunistang naghahangad sa akin noon, noong ako'y sariwa at higit na maganda kaysa ngayon. Sinikap ko ring makaipon para sa magandang kinabukasan ng aking ibang mga anak pero kahit na hindi ganoon karami ang mga suwail at walanghiya kong mga anak sila pa rin ang nananaig at nangingibabaw parati. Sila kasi ang mas malakas at mas makapangyarihan kumpara sa nakararaming mahihina na mapagkakatiwalaan at responsable pero tahimik lang at tila walang pakialam.

Pero hindi lahat ng anak ko'y puro sakit ng ulo at kademonyohan ang nasa pag-uutak marami sa kanila ang talagang may pagmamahal at pagmamalasakit sa akin. Handang ibuwis ang kanilang buhay makalaya lang ako sa pagiging alipin at puta. May pagmamahal na kahit dumanak ng dugo ay hindi alintana at nababahala maipagtanggol lang ako sa mga putanginang dayuhang humahalay sa akin. Kahit alam nilang walang panalo ang kanilang mga tabak laban sa malalakas na armas sila'y hindi nagpadaig at natakot. 'Yung isa ngang anak ko bolpen lang ang sandata pero parang kanyon sa lakas ang naging pagsabog. Sa kasamaang palad ang lahat ng mga anak kong ito'y maagang binawian ng buhay. Kung sino pa ang matino 'yun pa ang maagang namatay. Sayang.

Siguro kung nabuhay sila ng matagal-tagal iba ang naging kapalaran ko ngayon. Hindi sana ako nasadlak sa ganitong kahirapan. Hindi sana ako ikinahihiya ng ibang anak ko. Hindi tulad ng isa kong anak na sa pagnanais na mapanatili ang bansag na bayani kinamatayan na ang pagtatakip sa totoong kasaysayan.

Kay sarap balikan ang alaala ng aking mga anak na tunay na nagmahal sa akin literal nilang inialay ang kanilang buhay sa pagnanais na maitakas ako sa kamay ng mga dayuhang nanamantala sa akin. Mayroon akong isang anak na namumukod-tangi ang tapang at may ibinulong siya sa akin noon na hanggang ngayon ay tumatak sa puso't isip ko. Wala na raw hihigit pa sa pagkadalisay at pagkadakila ng pag-ibig niya sa akin! Napakaganda ng sinabi niyang iyon masarap sa tainga at lubos talaga itong nagpataba ng aking puso. Kaya ganoon na lang ang lungkot at hinagpis ko nang mabalitaan kong pinaslang siya ng kanya mismong mga kapatid!

Sa sunod-sunod na pagkasawi ng magigiting kong mga anak akala ko'y lubusan na akong mamahalin ng mga naiwang iba pa dahil sa habiling pangaral at magandang aral sa kanila. At muli akong nagkamali. Nakalulungkot isipin na marami na ang hindi ganap na dumadalisay at dumadakila sa akin mayroon siyempreng mangilan-ngilan na nagmamalasakit pero ang iba'y unti-unti na ring nilalalamon ng bulok na sistema at nagiging gahaman na rin kalaunan hanggang sa mawalan na rin ng pagmamalasakit. Ang iba naman'y nagpasyang mang-ibang bansa hindi lang dahil sa pagnanasang kumita ng mas malaki kundi dahil sa kagustuhang magpakalayo-layo at tuluyan nang ikinahihiya ang pangalan kong nakakabit sa kanila. Nasaan na ang sinasabi nilang pagmamahal? Nasaan na ang dalisay na Pag-ibig?

'Di ko maintindihan kung bakit sa tuwing nasa ibang bansa ang mga anak kong ito'y napakabubuti, masisipag at walang reklamong sumusunod sa mga batas na doo'y umiiral na halos wala namang ipinagkaiba sa mga batas natin dito. Pero pagdating dito hirap na hirap sumunod sa itinakdang batas na kahit simpleng pagtawid sa tamang tawiran ay hindi ginagawa 'yun na kasi ang nakagisnan at nakasanayan kaya hayun halos lahat na sila pasaway. Mabait kasi akong Ina, kung noon pa man ay pinagsabihan at pinaalalahanan ko na sila sa mga bawal nilang gawain siguro ngayon lahat sila ay matitino at may disiplina. Eh ngayon matitigas na ang mga ulo, maraming tarantado at ayaw nang nasasabihan sa mga pagkakamali nila. Kaunting puna lang sobrang pikon na pero kung sila naman ang mamumuna napakagagaling at hindi lang mga walang pinag-aralan ang may ganitong ugali kahit nga mga edukado pa. Magulo na nga yata talaga ang mundo.

Tulad ng mga anak kong mga "edukado at mararangal" na may magugulong pag-uutak. Hindi ko alam kung bakit sino pa ang anak kong may magandang edukasyon o may mataas na karangalan sila pa ang halinhinang nagmamaltrato sa akin. At paulit-ulit pa. Mga may dignidad kung ituring pero palihim na ang kanilang Ina'y ginagawan ng kawalanghiyaan. Ang kakapal ng mukha! Silang mga abogado, heneral, ekonomista, elitista, makamasa, militar, artista, propesor at iba pang propesyonal raw pero halos pare-pareho lang ang uri. Kay yayabang at taas-noong sasabihing taos ang pag-ibig para sa akin ngunit hinahalay naman ako sa tuwing nagkakaroon ng pagkakataon.

Ang ibang mga anak ko naman na hindi nakapagtapos ng pag-aaral na nasa akin pang poder ay 'di nga nakikisawsaw sa panghahalay pero kinukupitan ang kani-kanilang ate at kuya o umaasa sa mga padala ng mga nasa abroad. Sila-sila ang nag-oonsehan. Gusto ko mang ikahiya na sila'y aking mga anak ay 'di ko magawa bagkus umiisip pa rin ako ng paraan upang magkasundo-sundo lahat sila. Oo lahat sila. Pero alam kong imposible itong mangyari ngayon.

Kung maari lang sigurong pumili ng magiging anak baka magdalawang-isip ako kung sila pa rin ang pipiliin ko. Pasensya na. Ganun na talaga kasama ang loob ko ngayon. Napakaraming pagkakataon ang ibinigay ko sa kanila para magbago pero lahat iyon ay nasayang lang. Habang nakikita nila akong may sugat at gumagapang sa hirap hindi man lang ako alalayan o alagaan mayroon pa ngang kumukulimbat sa kakaunting pera ko na dapat sana'y pambili ko ng aking medisina. Ang iba namang naaawa sa akin ay wala namang aksyong ginagawa. 'Wag na kayong magtaka kung isang araw ay bigla na lang akong mabaliw o atakehin sa puso sa sobrang depresyon at sama ng loob.

Dumating din naman sa punto na akala ko'y tuluyan nang magkakaisa ang mga anak ko nang minsa'y silang magtipon-tipon at madramang naghawak-kamay at winawagayway ang dilaw na laso na simbolo raw ng pagkakaisa nila pero muli akong nagkamali. Naging daan lang pala ito upang muli akong abusuhin! At hindi lang 'yun dumami pa silang nagpakasasa sa katawan ko. Kaliwa't kanan ang kahalayan at kababuyan. Halos wala ring pinag-iba noong halayin ako ng mga lintek na mga dayuhang humimod sa katawan ko. Simula noon ipinagpasa-Diyos ko na lang ang kapalaran ko sa kamay ng mga anak ko.

Sa positibong banda marami akong anak na madiskarte at maabilidad na kayang mag-adjust at mamuhay sa kahit saang lupalop ng mundo; sa disyerto, sa malamig na snow, sa bansang komunismo, sa bansang diktaturya, kahit sa bansang may digmaan naroroon sila, nagtatrabaho at nagtitiis. Ang mga dolyares na pinapadala nila ay malaking tulong sa akin dito ko kinukuha ang mga biglaan kong pangangailangan at 'yung iba pambawas sa mga utang siyempre 'yung iba kinukupit (hindi na yata maiiwasan 'yun). Hindi naman kami mayaman pero balita ko ipapautang ng anak ko ang kaunting naipon kong dolyares.

Siguro kung napangalagaan lang ng husto ang kayamanan ko hindi na kinakailangang mag-abroad ng marami kong anak. Hindi na sila nagpapaalipin sa Hongkong, Saudi, Canada, Amerika, Europa at iba pa. Dito sana sila nagtatrabaho kasama ako at ang kani-kanilang pamilya. Pero wala akong magawa waldas at barubal ang mga anak kong may hawak ng aming budget kaya hayun! Iba ang naapektuhan.

Ang ikinababahala at ikinakakaba ko ngayon ay ang aksyong gagawin ng isa kong anak sa pambu-bully ng isa kong kapitbahay. Balak kasing kunin ng kapitbahay kong ito ang aking nasasakupan, gagong iyon porke't alam na mahirap at mahina lang kami kinakayan-kayanan ako! Bumabalik tuloy sa aking alaala ang hindi magandang nangyari sa akin dati nang sinalbahe ako ng mga dayuhan. Marami ang nasawi noon at pinapanalangin kong 'wag naman sana 'yung maulit.

Saka akin naman talaga ang lupang iyon eh! Kahit sino pang itanong na ibang kapitbahay ko lahat sila'y magsasabing akin 'yun. Ninanakaw na nga ng mga anak ko 'yung kaunting kayamanan ko pati ba naman itong letseng kapitbahay ko balak din akong nakawan. Ayoko namang mang-away o awayin sila dahil sigurado wala akong laban du'n lampa kasi ako. Hangga't maari gusto kong matapos at maresolba ito sa isang matino at payapang pag-uusap. Isa pa baka mapahamak lang ang mga anak ko. Ayokong isiping makabubuti na ipamigay ko na lang ang lupaing iyon para sa ikabubuti ng marami kahit na alam kong wala ring mangyayari kung ipapamahala ko 'yun sa anak ko. Sayang na lamang ang ipinaglaban ng mga namatay kong anak kung basta na lang itong ipamigay sa mga naghahari-harian.

Minsan nagtataka ako kasi matataas naman ang pinag-aralan ng marami kong mga anak na napagtapos ko sa aking pagpuputa pero ewan ko ba kung bakit hindi ginagamit ang pinag-aralan sa tamang paraan. Mabuti pa ang mga anak ko sa labas na may dugong banyaga paminsan-minsan ay nagbibigay sa'kin ng kasiyahan at karangalan pang world class ang ipinapakitang talento; mahuhusay sa kantahan, sa larangan ng sining, sa moda at maraming pang iba. Ang iba namang mga kapatid niya sinasakyan ang bawat karangalan na nakakamit ng mga anak kong ito samantalang ang iba namang mga insecure kong anak pilit na sinisiraan at hinahanapan ng kapintasahan ang kanilang half-brother o half-sister kahit wala naman itong ginagawang masama sa kanila.

Sadyang noon pa yata ay naghihilahan na ang aking mga anak. Batuhan ng batuhan ng mga putik sa halip na linisin nila ang sarili nila. Hindi pa nakontento at pati ako na sarili nilang ina'y hindi mapakali na gawan ako ng kahalayan! Nakakahiya. Kung sukang-suka ako sa mga dayuhang nagpakasasa sa aking katawan sa tuwing ito'y aking naalala parang higit pa roon ang pagkasuklam na nadarama ko sa kanila dahil dugo sa dugo at laman sa laman ang kanilang nilalapastangan. Pero wala akong magawa. Iniluluha ko na lang ang bawat hinanakit ko sa buhay. Ang sama-sama na nga ng nakaraan ko pati ba naman ang buhay ko sa kasalukuyan ay ganoon pa rin? Hanggang kailan ba ako magtitiis? Kailan ko ba mararanasan ang kaginhawaan? Kailan ba ako maituturing at maigagalang na ina?

Kung ang tawag sa panghahalay at pang-aabuso ng mga anak sa isang Inang tulad ko ay Incest isa pala itong karumal-dumal na krimen na araw-araw kong nararanasan. Krimen na dapat sanang mabigyan ng hustisya't katarungan pero kanino ako lalapit at dudulog? Sino ang aking lalapitan?

'Di bale na. Ayaw ko rin naman silang mapahamak mas gugustuhin kong sila'y magbago at magbalik-loob na lang sila sa'kin kaysa mapiit sila sa bilangguan. Saka hindi pa naman siguro huli ang lahat...may pag-asa pa alam ko. Sabi nga sa isang kasabihan habang may buhay pag-asa pero sana hindi lang laging pag-asa ang tangi kong maging sandigan at sandalan.

Hanggang dito na lang. Maraming salamat sa pakikinig sa mga litanya ko. Pasensya ka na rin at napahaba itong aking mga sintimyento. Hindi naman ako humihingi ng payo gusto ko lang mapakinggan mo ang mga hinaing ko sa buhay wala naman kasi akong ibang mapagsasabihan. Alam ko masyado na naman akong naging madrama kaya ayan tuloy 'di ko napansin ang oras at nakalimutan ko na marami pa pala akong gagawin. Aalis na muna ko ha? Magpapakain pa kasi ako ng mga alaga kong baboy.

Hindi ko na siguro kailangang magpakilala pa sa'yo dahil sigurado naman akong kilala mo na ako mula ulo hanggang paa. Minsan mo na ring nabasa ang aking mga drama at daing heto na naman ako muling dumadrama, muling umeeksena. Sana hindi lang pakikinig ang kaya mong gawin sana umaksyon ka rin. Sana hindi ka isa sa mga anak kong ikinahihiya ang pangalan ko pero kung ganoon ka man bukas-palad pa rin kitang tatanggapin. Sana hindi ka isa sa mga anak kong gumagawa ng kahalayan sa akin pero kung ganoon ka man gusto kong sabihin sa'yong mahal ko pa rin kayong lahat at hindi ko pa rin kayo itinatatuwa sa kabila ng lahat nang 'yan.

Ako pa rin ang inyong Ina.

Ako pa rin ang Ina ninyong hindi mauubusan ng kuwento. Ina ninyong mareklamo at madaing pero mapagmahal. Ina ninyong martir at mapagbigay. Inang malaya raw pero mistulang inaalila at inaalipin.

Siguro alam mo na kung sino ako at kung hindi mo pa rin ako kilala siguro mas nakakaawa ang kalagayan mo kaysa sa'kin. Makabubuting tulungan at kilalanin mo munang maigi ang sarili mo bago mo ako tulungan.

16
Lihim

"**Ang pagsasabi ng** tapat ay pagsasama ng maluwat."
Isang lumang kasabihan na nakatanim pa rin sa utak ng bawat isa sa atin. Sa modernong panahong ito at sa kitid ng isip ng karamihan ng mga tao, may katotohanan pa ba ito? Hindi. Hindi sa lahat ng oras. Hindi sa lahat ng pagkakataon.

Hindi man aminin karamihan sa atin ay may itinatagong lihim~iba't-ibang uri ng lihim. Mga lihim na madilim, nakakahiya, nakakadismaya, nakakatakot, nakakainis, nakakapanghinayang, nakakababa ng pagkatao, nakakaapekto sa iba, nakakadiri, nakakapagpa-iling, nakakasira ng araw, nakakasira ng buhay at maaaring makasira ng pamilya. Ang nakaraan ay nakaraan na pero may mga bagay na hindi natin kayang kailangang ibunyag at ipangalandakan pa kung ito'y magreresulta sa isang hindi magandang pangyayari. Ang bawat indibidwal ay may kanya-kanyang asal at ugali at kung ang isa ay kayang sikmurain at tanggapin ang anumang lihim, hindi naman ito kayang tanggapin ng iba.

Sabihin mo nang ang katapatan ay magpapatibay sa isang relasyon at magbubuklod na muli ng inyong pagmamahalan subalit kaya ba ng lahat i-detalye ng walang bawas ang nagawang pagkakamali? Paano pa titibay ang inyong relasyon kung ito'y magiging sanhi ng paghihiwalay?
Kaya mo bang maglahad ng lihim kung posible itong magresulta sa pagkasira ng pamilya?
Kaya mo bang magsabi ng maruming katotohanan kung alam mong wala naman itong maidudulot na mabuti sa inyo?

Kaya mo bang isigaw ang malupit na nakaraan kung alam mong hindi ka maiintindihan?

Kaya mo bang ipagtapat ang nakakahiyang pagkakamali kung may posibilidad na hindi ka paniniwalaan?

Kaya mo bang ilabas ang nakakasulasok na nakaraan kung alam mong maiiwan kang mag-isa?

Kaya ba ng iyong tapang harapin ang lahat ng negatibong resulta nito?

Kaya mo bang marinig ang pag-aalipusta ng mga taong nakapaligid sa'yo?

Kaya mo bang harapin ang mundo ng nakataas pa rin ang iyong mukha at noo?

Kaya mo bang gumising ng umaga nang wala na ang iyong pamilya?

Kaya mo bang harapin ang iyong sarili sa salamin?

Kaya mo bang ngumiti sa kabila ng lihim na pagkakamali?

Kaya ka bang unawain at intindihin ng lahat sa nagawa mong pagkakamali?

Katapangan ang pagsasabi ng tapat at katotohanan at hindi ko hinihikayat ang lahat na hindi magsabi ng tapat sa aking pananaw ay maraming bagay na dapat na kinakalimutan at hindi na dapat pang binibigyan ng buhay. Ang pagkalimot na ito ay hindi nangangahulugan ng pagiging makasarili o kasamaan. Sa kabilang banda, mas nakapagpapaluwag ng damdamin ang pagsasabi ng nakaraan kung lubos na kakayanin mong harapin ang katotohanan at ang magiging resulta nito. Ang white lies o puting kasinungalingan ay pagtatago sa detalye nang tunay na nangyari para sa ikabubuti ng marami. Hindi ito madali ngunit mas mapanganib ang gagawing pagtatapat kung alam mong ikakapahamak ito nang iyong buhay, nang iyong mahal sa buhay at nang iyong pamilya.

Kahit katumbas nito'y pagpatak ng luha sa sandali ng kalungkutan o pagkurot ng konsensiya sa iyong katauhan.

Kahit na may ulap ng kalituhan ang iyong isip o nag-aagam-agam ang iyong desisyon.
Kahit na may multong namumuo sa iyong panaginip o labis na naghihirap ang iyong damdamin.
Kahit alam mong pagtatakip ito sa kamalian at mugto na ang iyong malamlam na mata.
Luha at pagsisisi na lang ang kaya mong gawin dahil balakid ang pagsasabi ng kamalian.
Luha ang kabayaran nang iyong pagkakamali at pagsisisi sa madilim na lihim na nakaraan na iyong pagkakasala.

Subalit kung ang iba ay tapat na nagsisisi at humihingi ng kapatawaran sa kamaliang nagawa at ang tanging kulang na lamang ay ang pagtatapat ngunit hindi magawa dahil sa takot na magiging resulta nito...marami pa ring mas pinili ang maglubid ng kasinungalingan, may dilang mapangahas at mapagtanggi at nabubuhay nang walang pagsisisi. Ang lihim na ito'y may katumbas na pagsisisi sa takdang panahon at sa takdang oras.

Napili ng isang heneral na kitilin ang kanyang buhay dahil sa isang lihim.

Ito ba'y katapangan o karuwagan? Pareho.
Katapangan dahil higit pa sa matapang na tao ang kayang tapusin ang paghihirap ng kanyang kalooban, higit pa sa katapangan ang protektahan ang isang lihim kaysa ibunyag ang katotohanan.
Katapangan dahil maraming mga tao ang takot sa kamatayan subalit matapang niya itong hinarap.
Karuwagan dahil mas pinili niyang manatiling lihim ang dapat sana'y kabayanihan. Karuwagan dahil mas nanaig ang kanyang emosyon laban sa paglaban sa pagsubok ng buhay.
Anu't-ano man. Katapangan o karuwagan. Mas maraming naiwang tanong kaysa kasagutan.

Tulad ng isang heneral na aking halimbawa.

May mga bagay na minsan ay dapat nating itago hindi dahil ito ay tama dahil sa ito'y makabubuti.

May mga bagay na minsan ay dapat nating ilihim hindi dahil ito ay dapat dahil sa ito'y nararapat.

May mga bagay na minsan ay dapat nang nakasara hindi dahil para itago kundi dahil para hindi na muling mabuksan.

Ang tao'y marupok at mahina at sa mundong ginagalawan na puno ng tukso, temptasyon at lihim...ang katapatan ay mahirap hanapin subalit lahat tayo ay nararapat na mabigyan ng pagkakataong magbago aminin,pagsisihan at tanggapin lamang natin ang ating pagkakamali. Kung mahal mo ang isang tao ano man ang nakaraan nito ay hindi ka dapat maapektuhan, mahalin ang kanyang buong pagkatao kasama ng kanyang kamalian.

Contact: job_elizes@yahoo.com - tatay@usa.com - Book List:

Writings 1 Book, 2012 + + 1. Obit, *Bambi Harper* + + **2. Speech, UP, 2003,** *Butch Jimenez* + + **3. Speech, Silliman U, 2006,** *Butch Jimenez* + + **4. The Mission Moment,** *Dr. Phil Stack* + + **5. Subanon Spirits of Rice & Land** - *Noel Cornel Alegre* + + **6. I Look Out The Window** - *Atty. Toto Causing* + + **7. Ride On A Bus, Poem,** *Melanie Ferrer, et al* + + **8. Why Am I Doing This,** *Susie Barbieri* + **9. How To Court A Philippine Lady,** *Rodel Ramos, et al* + + **10. Story of Bacna Surgical Mission,** *Sylvia Salvador* + + **11. Catch That Story,** *Tatay Jobo Elizes*

Writings 2 Book, 2012 + + 1. There Is Hope For The Philippines, *Grace Padaca* + + **2. Pointers On Employment Abroad,** *Melanie Aquino* + + **3. Without KNCHS: (Love story),** *Atty. Toto Causing* + + **4. 422 Years Ago,** *Rodel Rodis* + + **5. Filipino American History Month,** *Rodel Rodis* + + **6. A Need For Reflection, Gloom,** *Cesar Torres* + + **7. Did Ninoy Die For Nothing,** *Joey Concepcion* + + **8. Criteria - American Institute of Philanthropy,** *Charity Guidelines (Feature)* + + **9. Coming Revolution In The Ballot,** *Cesar Lumba* + + **10. 2009, A Retrospective,** *Cesar Lumba* + + **11. Strangers In Our Own Country,** *Casiano Mayor Jr.* + + **12. The Gypsy Soul,** *Casiano Mayor Jr.* + + **13. An End To Cheating,** *Sonny Coloma* + + **14. Toward Culture of Giving, Not Having,** *Sonny Coloma* + + **15. 100 Reasons to be Proud as Pinoys,** *Anonymous*

Writings 3 Book, 2010 + + I. EPIC25, Emerging Philippines Investors Coalition, *Norman Madrid* + + **II. Management Ability As An Issue,** *Dr. Rene B. Azurin* + + **III. Do We Really Want To Give Our Politicos More Power,** *Dr. Rene B. Azurin* + + **IV. Will 2010 Fulfill High Hopes For Better Life,** *Ernie D. Delfin* + + **V. Comelec Is The Root Of All Evils,** *Toto Causing* + + **VI. Advantages of Federalism/Parliamentary,** *Dr. Jose Abueva* + + **VII. Sometimes A Great Nation,** *Mar-Vic Cagurangan* + + **VIII. Great Conspiracy,** *Mar-Vic Cagurangan* + + **IX. Of Speech & Life's Riddles,** *Casiano Mayor* + + **X. Bad Start To The Year,** *Rod Garcia* + + **XI. A Dinner Out,** *Rod Garcia* + + **XII. One More Time,** *Roy Gaane* + + **XIII. Musings,** *Ceres Busa* + + **XIV. Value Formation For Good Citizenship,** *Roger Reyes, JMC Nepomuceno, Ramon Gonzales, CDVictory, Mila Marzon* + + **XV. On Being Filipino American,** *John Reyes* + + **XVI. The Monterey Peninsula,** *John Reyes* + + **XVII. The Salaza Fiesta,** *John Reyes* + + **XVIII. Salawikain: Filipino Proverbs,** *John Reyes* + + **XIX. Musikero (The Musician),** *John Reyes* + + **XX. Strange Noises,** *Tatay Jobo Elizes*

Writings 4 Book, 2010 + + I. The State of Our Nation and Democracy In 2010: Building 'The Good Society" We Want, *Dr. Jose V. Abueva* + + **II. Assessing Expanded Role of AFP in Nation Building,** *Col.Dennis Acop, Ret.* + + **III. Assessing RP's Security Strategies Alternative Views,** *Col. Dennis Acop, Ret.* + + **IV. The Way We Were,** *Fred Natividad* + + V. **Veterans of Ipo Dam, A Fiction,** *Fred Natividad* + + **VI. A Plea,** *Miguel Reyes Reynaldo* + + **VII. Int'l Youth Bowling, My Impressions,** *Marjorie Ann Elizes Reyes* + + **VIII. Mi Ultimo Adios (My Last Farewell),** *Dr. Jose P. Rizal* + + **IX. Aling Pagibig Sa Tinubuang Bayan,** *Gat. Andres Bonifacio* + + **X. Rekonsilasyun Dula (Reunion in Heaven),** *A Play, Irineo P. Goce (KaPule2 or Leonidas P. Agbayani)* + + **XI. Forgery of Rizal Retraction,** *Irineo P. Goce (KaPule2 or Leonidas P. Agbayani)* + + **XII. Maikling Kasaysayan Ng Malas Na Bayang Pilipinas,** *Ireneo P. Goce (KaPule2 or Leonidas P. Agbayani)*

Writings 5 Book - "Best Hopes" 2010, About President P-Noy + + I. The Challenge of a Hundred Days: Believing that Filipinos can, *Tony Meloto* + + **II. The 2006 Ramon Magsaysay Award for Community Service,** *for Tony Meloto* + + **III. Open Letter to Noynoy,** *F. Sionil Jose* +

+ IV. A History of Pain, *Juan L. Mercado* + + V. An Open Letter to Noynoy, *From OFWS* + + VI. Pursuit of Good Governance Advocacies, *Marcelo Tecson* + + VII. A Fervent Prayer for Peace, *Cesar Torres* + + VIII. A History of Betrayal, *Perry Diaz* + + IX. Corona's Thorny Crown, *Perry Diaz* + + X. Dawn of a New Era, *Perry Diaz* + + XI. Of Mice, Boys and Men, *Philip S. Chua, MD* + + XII. A Hopeful Tomorrow - A Balikbayan Insight, *Philip S. Chua, MD* + + XIII. Global Filipinos: A Sleeping Giant, *Philip S. Chua, MD* + + XIV. Heart to Heart - Winds of Change, *Philip S. Chua, MD* + + XV. Growing Old is a Privilege, *Philip S. Chua, MD* + + XVI. Our Cruelty to Mother Earth, *Philip S. Chua, MD* + + XVII. Advice to Grads: "Never Choose Your Heroes Lightly", *Ernie Delfin* + + XVIII. Gawad Kalinga, A Progressive Movement, *Ernie Delfin* + + XIX. Why a Man Must Save and Invest, *Ernie Delfin* + + XX. Beautiful San Francisco, Pinoy Heaven, *Ted Laguatan* + + XXI. The next President and PAMUSA, *Frank Wenceslao* + + XXII. Philippne Budget Deficit, *Frank Wenceslao* + + XXIII. Money Laundering: US Tools vs. Corruption, *Frank Wenceslao* + + XXIV. Amid the Fighting, Clan Rules Maguindanao, *Jaileen F. Jimeno* + + XXV. Why I Publish Writings, *Tatay Jobo Elizes*

Writings 6 Book, 2010 + + I. SONA, State Of Nation Address, English, *Pres. Benigno Aquino III* + + II. SONA, State of Nation Address, Pilipino, *Pres. Benigno Aquino III* + + III. First 100 Days Speech, Pilipino, *Pres. Benigno Aquino III* + + IV. Finally, Another Ramon Magsaysay In The Making, *Bert Guiang.* + + V. A Covenant With Our President, *Tony Meloto* + + VI. From A Grateful Heart, A Thank You Letter, *Tony Meloto* + + VII. The Scent of Hope For The Global Filipino, *Tony Meloto* + + VIII. Fleshing Out The Broad Strokes, *Felicito (Tong) C. Payumo* + + IX. In Search Of Leaders (Part1), *Felicito (Tong) C. Payumo* + + X. In Search of Leaders (Part 2), *Felicito (Tong) C. Payumo* + + XI. A Conspiracy of Dunces, *Cesar Lumba* + + XII. Only Science Can Solve Poverty, *Flor Lacanilao* + + XIII. Education Reform Amid Scarcity, *Flor Lacanilao* + + XIV. Highblood: Obituaries/Reasons, *Flor Lacanilao* + + XV. How Money Works, *Edmund Lao* + + XVI. State of Economy & Society, 2002, *Juan Dela Cruz (Txtmania)* + + XVII. Global Filipinos, *Juan Dela Cruz (Txtmania)* + + XVIII. Understanding Poverty, *Juan Dla Cruz (Txtmania)* + + XIX. Kuyakuy, *Dr. Ramon Marquez* + + XX. Cambodian Octopus, *Joey Jamito* + + XXI. Inspite Of Herself, I Still Love The Philippines, *Joey Jamito* + + XXII. Love Has Wings, *Percy Campoamor Cruz* + + XXIII. Walk For Kris, *Rod Garcia* + + XXIV. Coldblooded, But Alive, *Rod Garcia* + + XXV. It Takes A Village, *Rod Garcia* + + XXVI. Beauty Contest, *Rod Garcia* + + XXVII. Eight Points In Enlightening The Elites, *Orion Perez Dumdum* + + XXVIII. Case Against "Cellphone Revolution", *Sarah Raymundo*

Writings 7 Book, 2010 - My Vintage Pics (Biographical) Tatay Jobo Elizes

Writings 8 Book, 2010 + + I. The Church and the State: In Search of Common Ground, *Gel Santos Relos* + + II. President Aquino: "Walang Kaibigan, Walang Kamag-anak", *Gel Santos Relos* + + III. What Makes Us "Pinoy", *Gel Santos Relos* + + IV. Minsan May Isang Puta (2007), *Mike Portes* + + V. Build Our Dream, *Jose Ma. Montelibano* + + VI. Hope In Europe, *Tony Meloto* + + VII. Wealth in Canada, *Tony Meloto* + + VIII. Parenthood: A Sacred Covenant, *Philip S. Chua* + + IX. Are We, Humans, Really Civilize? (Or, are we for the birds.), *Philip S. Chua,* + + X. Save Our Nation, *Philip S. Chua* + + XI. A Time To Pause, *Philip S. Chua* + + XII. The Gawad Kalinga Virus, *Philip S. Chua* + + XIII. A Marching Order For P-Noy, *Philip S. Chua* + + XIV. "Bayan Ko" Bonds, *Philip S. Chua* + + XV. P-Noy's First 99 Days, *Philip S. Chua* + + XVI. The Practice of Quackery in the Phils, *Cesar D. Candari* + + XVII. Remember When? A Brief History of Old and Recent Past, *Cesar Candari* + + XVIII. The Philippines Before and What Now?, *Cesar D. Candari* + + XIX. The Traffic Problems are Beyond "Wang-

Wang", *Cesar D. Candari* + + XX. **Behind The Gold,** *Eliseo Serina* + + XXI. **May Angal? (Any Complaint?),** *Greg B. Macabenta* + + XXII. **Pagbalik-Tanaw Sa Kapatirang Masoneriya Sa Pilipina,** *Irineo P. Goce* + + XXIII. **Mysteries & Riddles Behind RP's Corridors Of Power,** *Irineo P. Goce* + + XXIV. **Wika - Diwa Ng Lahi, O, Ang Tore ni Babel Sa Pilipinas,** *Irineo P. Goce* + + XXV. **Can There Be Peace; Is There Hope For Progress?,** *Irineo P. Coce* + + XXVI. **Drama Queen,** *Percival Campoamor Cruz* + + XXVII. **Ang Tulay na Kahoy,** *Percival Campoamor Cruz* + + XXVIII. **Sa Alaala ni Maria Lorena Barros,** *Percival Campoamor Cruz* + + XXIX. **Text Game or Text Gambling?,** *Juan dela Cruz* + + XXX. **Of Husbands and Wives,** *Juan dela Cruz* + + XXXI. **It Must Be Love,** *Juan dela Cruz* + + XXXII. **Elite Triad Blocking Reform,** *Demosthenes B. Donato*

Writings 9 Book, April 2011 + + I. **Solidarity in Literature W/out Borders,** *Simeon Dumdum Jr* + + II. **Macario Sakay Vindicated,** *Gemma Cruz Araneta* + + III. **The Dilemma of the Last Filipino,** *Larry Henares* + + IV. **Ping Joaquin, Fil. Jazz Pianist, my Father,** *Tony Joaquin* + + V. **Bert Del Rosario, Inventor, Sing-Along,** *Tony Joaquin* + + VI. **Xmas Article 2009,** *Allen Gaborro* + + VII. **Beaches (short story),** *Allen Gaborro* + + VIII. **Democracy Versus Discipline,** *Allen Gaborro* + + IX. **Amend the Const. Make Jury Trial,** *Atty. Toto C. Causing* + + X. **Dakdak Beach Resort in Dapitan City,** *Toto C. Causing* + + XI. **So I'm Dark-skinned, Leave Me Alone,** *Mar-Vic Cagurangan* + + XII. **Dig My Sexy Flip Accent, Arizona,** *Mar-Vic Cagurangan* + + XIII. **A Fan Mail From Prison,** *Mar-Vic Cagurangan* + + XIV. **Three Poems: a. Please Don't Let Her Know, b. I Have Memories of My own, c. God Has Made Someone Only For me,** *Emily Espanol Derry* + + XV. **Three Love Poems: a. Some Good Things Never Last b. The Dance c. As I Trod Upon Your Ground,** *Elyn Jean Felarca* + + XVI. **My Advocacy,** *Naysan A. Albaytar* + + XVII. **Feminism: The Great Paradox,** *Laura Wade* + + XVIII. **A Blast From the Past,** *Peter Allan Mariano,* + + XIX. **Bus. Perspective: Bldg. Your Future,** *Peter Allan Mariano* + + XX. **An Overview of Health Connections,** *Peter Allan Mariano* + + XXI. **My Workspace At Home,** *Marge Trajeco-Aberásturi* + + XXII. **Investing on a Home Business,** *Marge Trajeco-Aberasturi* + + XXIII. **A Brighter Day for Little Jane,** *Julia Carreon-Lagoc* + + XXIV. **A Consummation Devoutly to Be Wished,** *Julia C. Lagoc* + + XXV. **No Birds and Beetles and Trees,** *Julia Carreon-Lagoc* + + XXVI. **Ang Wika, Ang Tore Ni Babel Sa Pilipinas,** *Irineo Goce* + + XXVII. **Scattered Thoughts –** *Anonymous*

Writings 10 Book, July, 2011 + + 1. **The Spratlys Are Worth Dying For,** *Ted Laguatan* + + 2. **Ang Siyam Na Buhay ni Felizardo Cabangban,** *Percival Campoamor Cruz* + + 3. **Old Man of the Mound,** *Percival Campoamor Cruz* + + 4. **Walang Kamag-anak Sa Pag-ibig,** *Percival Campoamor Cruz* + + 5. **Congo and the Philippines,** *Allen Gaborro* + + 6. **Divorce In the Philippines,** *Allen Gaborro* + + 7. **RH Production Bill,** *Allen Gaborro* + + 8. **Take the Amazing "Wow! Kay Ganda ng Pilipinas" Challenge,** *Peter Alan Mariano* + + 9. **Your Thoughts,** *MLMunoz* + + 10. **Common Money-Mistakes OFWs Make,** *Alvin T. Tabanag* + + 11. **Don't Just Save, Invest!,** *Alvin T. Tabañag* + + 12. **MRT-3: The Daily Commute Is The Destination,** *Resty Odon* + + 13. **Manila: A Glorious Mismatch, A Happy Confusion,** *Resty Odon* + + 14. **Triptych,** *Resty Odon* + + 15. **The Precariousness of Being Pinoy,** *Resty Odon* + + 16. **Ode to My Alloy Nation,** *Resty Odon* + + 17. **Precious Precariousness,** *Resty Odon* + + 18. **Heart to Heart, Violence on Television,** *Philip S. Chua* + + 19. **Heart to Heart, Attitude Impacts Health, Life,** *Philip S. Chua* + + 20. **Heart to Heart, Are We Getting Enough Sleep,** *Philip S. Chua* + + 21. **Heart to Heart, Obesity: A Killer,** *Philip S. Chua* + + 22. **Are we the disappearing breed of professionals in this country?,** *Cesar D. Candari* + + 23. **If You Dream It, Do It Retirement,** *Cesar D. Candari* + + 24. **Only In America, Human Interest Story,** *Anonymous*

Writings 11 Book, August, 2011 + + 1. **SONA In English and Filipino,** *Pres. Benigno Aquino III*

(P-Noy) + + 2. Telltale Signs: SONA and the Dogfight Over Spratlys,   *Rodel Rodis* + + 3. Why China will not bring the Spratlys issue to the United Nations,   *Ted Laguatan* + + 4. Random Thoughts, On Website Demise and On Disunity, *Tatay Jobo Elizes* + + 5. Can Local Private Sector Help Reverse Philippine's Migration Addiction?, *Jeremiah M. Opiniano* + + 6. What Fuels the Passion of Filipinos to Pursue Studies and Work in UK?, *Ofw Journalism Consortium* + + 7. Our Life in the Philippines, *Bob & Carol Hammerslag* + + 8. Reality Check: the Philippines – A Tropical Paradise for the Retiree?, *by Bob & Carol Hammerslag* + + 9. Filipinos Dominate Cruise Ships, *Roger P. Olivares* + + 10. Vargas: Hero, Villain, Tragic Figure?, *Roger P. Olivares* + + 11. Is it Hell to go Back Home?, *Roger P. Olivares* + + 12. The Filipino, now a commodity!, *Roger P. Olivares* + + 13. How US Can Create Jobs, *Rob Ceralvo* + + 14. Modus Operandi - Common Crimes (In Metro Manila, Philippines), *Anonymous* + + 15. Poem, Kabuhayang Bansa At Wika, *Irineo P. Goce (aka KaPule 2 and Leonidas Agbayani)* + + 16. Random Sayings & Advices, *Anonymous*

Writings 12 Book, April 2012 + + 1. Twenty Excuses Filipinos Use, *Orion Perez Dumdum* + + 2. One By One, The Petals Drop, *Julia C. Lagoc* + + 3. Religion & the Scientist, *Honorio M. Cruz, MD* + + 4. The Tales of the Aswang & Bangungot, *Honorio M. Cruz, MD* + + 5. Sex & Politics, *Honrio M. Cruz, MD* + + 6. Autopsy, *Ben Gonzales, MD* + + 7. Geekmocracy, *Mar-Vic Cagurangan* + + 8. Flights: Voice from the Future that Lives in the Past, *Mar-Vic Cagurangan* + + 9. Kaya Natin! Sanctuary, *Marisa Lerias* + + 10. The Days of Courage, *Gerry Partido* + + 11. Earth Day and the Tragedy of a Famous River, *Cesar D. Candari, MD, FCAP Emeritus* + + 12. Few Filipino-American Nonprofits Getting Political, *Erwin De Leon* + + 13. Filipino-American Political Invisibility And Community Organizations, *Erwin De Leon* I+ + 14. I'm 32 and I am still a Virgin, *Jovelyn Bayubay Revilla* + + 15. Hiding Ill-Gotten Wealth, *Jobo Elizes*

Writings 13 Book, July 2012 + + 1. From "Criminal" to "Doctor" in Criminal Justice, *Raymundo E. Narag* + + 2. The Essence of Giving, *MLMunoz* + + 3. My Prescription for Spiritual Life, *Sonja Barbara dL Munoz* + + 4. Anak Ng Prosti, *Pamela Joy Agtoto* + + 5. Ang Kapangyarihan ng Kanyang Pag-ibig, *Percival Campoamor Cruz* + + 6. Ang Tato ni Apo Pule, *Percival Campoamor Cruz* + + 7. Rapture, *Percival Campoamor Cruz* + + 8. Ang Taong Walang Anino, *Percival Campoamor Cruz* + + 9. Gender Formula – Boy or Girl, *Tatay Jobo Elizes* + + 10. The Single, *Jhackie Eslit Bayobay* + + 11. Why I Am Angry, *Jhackie Eslit Bayobay*, 12. Rules of Living, *Jhackie Eslit Bayobay* + + 13. Being Alone, *Jhackie Eslit Bayobay* + + 14. Love and Hurt, *Jhackie Eslit Bayobay* + + 15. My First Heart Aches, *Jhackie Eslit Bayobay* + + 16. Why the Philippines Need Sex Education, *Reygel Saplad Perales* + +

Solo Authored Books: + + +

Book A, **Turning Points - Empty Dreams**, *Job Elizes Sr,1968 (Reissue 2009)* + + +
Book B, **Be Considerate - Behaviour Issues**, *Tatay Jobo Elizes (Jr), 2009* + + +
Book C, **Piglets Unlimited - Wealth Untapped**, *Tatay Jobo Elizes, 2009* + + +
Book D, **Out of the Misty Sea We Must**, *Cesar Lumba, 2010* + + +

Book E, **Fulfilled** – *(By His Parents) Gonzales Reynaldo, Editor, 2010* + + +
Dook F - **Reflections** - *Bert Guiang, 2010* + + +
Book G, **Writings 7 - My Vintage Pics**, *Tatay Jobo Elizes, 2010* + + +
Book H, **May Bagwis Ang Pag-ibig**, *Percival C. Cruz* + + +
Book I, **Letters To Matrimony**, *Irineo Perez Coce, Ka Pule2, 2011* + + +

Book J, **Songs I Wish You Knew,** *Soledad R. Juan, 2011 + + +*
Book K, **Make My Day,** *Larry Henares Jr., 1993, Re-issue 2011 + + +*
Book L, **Our Guerrero Family,** *Tatay Jobo Elizes, 2010 + + +*

Book M, **Joketor 1,** *Tatay Jobo Elizes, 2011 + + +*
Book N, **FaveArt 1,** *Tatay Jobo Elizes, 2011 + + +*
Book O, **Beyond idle thoughts**, *MLMunoz, Sept,2011 + + +*
Book P, **Cracks In The Armor**, *Mariano Ngan, Oct 2011 + + +*

Book Q, **FaveArt 2,** *Tatay Jobo Elizes, 2011 + + +*
Book R, **Balitang Kutsero,** *Perry Diaz, Jan 2012 + + +*
Book S, **FaveArt3,** *Tatay Jobo, 2011 + + +*
Book T, **FaveArt4,** *Tatay Jobo, 2012 + + +*

Book U, **Stack Family Journals**, *Phil & Fe Stack, 2012 + + +*
Book V, **Emily, An Adoption Journey,** *Romerl Elizes, 2012 + + +*
Book W, **Hermes Alegre Art Gallery**, *TJ & Hermes, 2012 + + +*
Book X, **Masaya Din, Malungkot Din,** *Jovelyn Bayubay Revilla, 2012 + + +*

Book Y, **Tiis, Sipag At Tiyaga,** *Raquel Delfin Padilla, 2012 + + +*
Book Z, **Until I Meet You,** *Jhackie Eslit Bayobay, 2012 + + +*

Book AA, **Buhay At Pag-ibig**, *Argel Lucero Tamayo, 2012 + + +*
Book AB, **Hail to the Second Best,** *Dr. Philip Stack, 2012 + + +*
Book AC, **Life Bus,** *Mommy Joyce Pineda-Faulmino, 2012 + + +*
Book AD, **My Candid Musings,** *Monette Dioquino Calugay, 2012 + + +*

Book AE, **Tickets to Life,** *Maria Lourdes Jesalva, 2012 + + +*
Book AF, **The Dove Files,** *Mike Portes, 2012 + + +*
Book AG, **Nursing Vignettes,** *Jocelyn Cerrudo Sese, 2012 + + +*
Book AH, **Poor Ba Us,** *R.A. Gubalane, 2012 + + +*

Please buy online or give a gift in paperback or kindle edition. All authors and titles are easy to search, trace or find online. Thanks. Self-Publisher, Tatay Jobo Elizes

All Available at   www.amazon.com,   www.createspace.com

Self-Publisher